AI வசியக் கலை

AI வசியக் கலை

நல்ல ப்ராம்ப்ட் எழுத எளிய உத்திகள்

கே.எஸ். குப்புசாமி

ZDP SPECIFICS

Title: AI Vasiya Kalai
Author's Name : K.S. Kuppusamy

Published by ZDP Specifics

ZDP SPECIFICS

(An imprint of Zero Degree Publishing)
No.75 & 76, I Floor, Kuppusamy Street,
Balaji Nagar, Padi,
Chennai - 600050

Website: www.zerodegreepublishing.com
E Mail id: zerodegreepublishing@gmail.com
Phone: 89250 61999

ZDP Specifics First Edition: January 2026
ISBN : 978-93-47206-23-8
TITLE NO ZDPS :129

Rs. 150/-

Cover Design & Layout: Vijayan, Creative Studio
Printed at Rathna Offset Printers, Chennai, India

அம்மாவுக்கு சமர்ப்பணம்

அறிமுகம்

நாம் வாழும் முறையை மாற்றியது மின்சாரம். அதற்கு இணையான தாக்கத்தை ஏற்படுத்தி வருகிறது ஏஐ என்னும் செயற்கை நுண்ணறிவு. இது மின்சாரம் 2.0. நம் கண்முன்னே ஒரு புது யுகம் மலர்ந்துள்ளது. ஏஐ யுகம்.

ஏஐ ஒரு குட்டிச்சாத்தான். என்ன சொன்னாலும் செய்யும். ஆனால் ஒரே ஒரு சிக்கல். நமக்கென்ன தேவை என்று தெளிவாகச் சொல்லத் தெரிய வேண்டும்.

முன்பெல்லாம் கணினிகளுடன் பேசத் தனியாக மொழிகள் இருந்தன. அவற்றுக்கென கடினமான இலக்கணங்கள். இவற்றை முனைந்து கற்கவேண்டி இருந்தது.

மெல்ல மெல்ல கணினிகள் மனித மொழிகளைக் கற்றன. இப்போது நமது மொழிகளிலே கணினிகளுக்குக் கட்டளையிடலாம். இதிலும் ஏஐயின் கைங்கரியம் உள்ளது.

ஏஐகளுடன் மனித மொழியிலே பேசலாம் என்பது சிறப்பான வசதி. இருந்தாலும் நம் மனத்தில் உள்ளதை ஏஐக்குப் புரியும்படி சொல்லத் தெரியவேண்டும். இதுதான் சவால்.

ஏஐக்கு நாம் இடும் ஆணைகளே ப்ராம்ப்ட். ஆயகலைகள் அறுபத்து நான்கு. இத்துடன் புதிதாக ப்ராம்ப்ட் *(prompt)* எழுதும் கலையையும் சேர்த்துக்கொள்ளலாம்.

இப்போதே அனுதினமும் ஏஐயைப் பயன்படுத்துவர்களின் எண்ணிக்கை அதிகம். இன்னும் ஒன்றிரண்டு ஆண்டுகளில் இது பன்மடங்கு பெருகும். ஸ்மார்ட்ஃபோன்கள் எல்லோருடைய கைகளுக்கும் வந்ததைப் போல ஏஐயும் பரவலாகிவிடும்.

இந்தப் புத்தகம் ப்ராம்ப்ட் எழுதுவதன் பல்வேறு நுணுக்கங்களை விவரிக்கிறது. இந்நூலை வாசிக்க நீங்கள் ஒரு கணினி நிபுணராக இருக்கவேண்டிய அவசியமில்லை. கற்கும் ஆர்வம் இருந்தால் மட்டுமே போதும்.

ப்ராம்ப்ட் என்றால் என்ன என்பதில் தொடங்கி பல்வேறு உத்திகளைத் தெளிவாக விளக்குகிறது 'ஏஐ வசியக் கலை'.

வெறுமனே தியரியாகச் சொல்லிப் போரடிக்காமல், நீங்களே செய்து புரிந்துகொள்வது போல வடிவமைக்கப்பட்டுள்ளது இந்தப் புத்தகம்.

மெட்ராஸ் பேப்பர் இணைய இதழில் 'குட்டிச்சாத்தான் வசியக் கலை' என்னும் பெயரில் தொடராக வெளிவந்தபோதே பெரும் வரவேற்பைப் பெற்றது.

நீங்கள் எந்தத் துறையில் வேலை செய்பவராக வேண்டுமானாலும் இருக்கலாம். அந்தத் துறையில் ஏஐயின் பயன்பாடு நிச்சம் இருக்கும். மின்சாரம் போலவே. எனவே ஏஐ சார்ந்த அடிப்படையான புரிதல் இன்று அனைவருக்குமே அவசியமான ஒன்றாக மாறியுள்ளது.

அந்த இலக்கை அடைவதற்கு 'ஏஐ வசியக் கலை' உறுதுணையாக இருக்கும். வாருங்கள். வசியக் கலை பழகலாம்.

டாக்டர். கே.எஸ். குப்புசாமி

புதுச்சேரி.
9/11/2025.

பொருளடக்கம்

1. அந்தந்த நேரத்து நியாயம்

ஆயகலைகள் அறுபத்து நான்கு. அத்துடன் இப்போது ஒன்றைச் சேர்த்துக்கொள்ளுங்கள். அறுபத்தைந்தாவதாக, ஒரு நியூ அட்மிஷன். ப்ராம்ப்ட் எஞ்சினியரிங். சுருங்கச் சொன்னால் ஏ.ஐயிடம் வேலைவாங்கும் கலை. இதுவே குட்டிச்சாத்தான் வசியக் கலை.

வேலை செய்வது எளிது. ஆனால் பிறரிடமிருந்து வேலைவாங்குவது கடினம். நாமொன்று சொன்னால் அவர்கள் வேறொன்றாகப் புரிந்துகொள்வர். மனிதர்களே இவ்வாறெனில், ஏ.ஐ என்னும் ஏலியன் குல ஜந்து எப்படியெல்லாம் அடம்பிடிக்கும் என்று யோசித்துப்பாருங்கள்.

மனிதர்களென்றாலாவது அதட்டி வேலை வாங்கலாம். சீட்டைக் கிழித்து வீட்டுக்கு அனுப்பிவிடுவேன் என்று உத்தியோக பயம் காட்டலாம். சாம, தான, பேத, தண்டம் என்று படிப்படியாக மிரட்டிப்பார்க்கலாம்.

ஆனால் ஏ.ஐ விசயத்தில் என்ன செய்வீர்கள்? கண்ணுக்குத் தெரியாதது. உயிரற்றது. மரணமுமற்றது. நம்மைப் போல அச்சம், வெகுளி, உவகை, மருட்கை போன்ற உணர்வுகளும் கிடையாது.

காலம் காலமாய் மனிதர்கள் தம்மிடம் வேலை செய்யும் இன்னொரு மனிதனை எவ்வாறெல்லாம் ஏவல் செய்தனரோ

அவையெல்லாம் ஏ.ஐயிடம் செல்லாது. இது முற்றிலும் புதிது. மனிதகுல வரலாற்றில் இதுகாறும் நிகழாதது.

நிற்க. “இல்லையே... இடிக்குதே... நெறய மெஷின்லாம் இருக்கு. அதுட்டல்லாம் வேல வாங்கத் தான செய்றோம்... ஏஜயும் அப்டித் தான...?” என்றால், கிடையாது. நிறைய வேறுபாடுகள் உள்ளன.

உதாரணத்திற்கு தொலைக்காட்சிப் பெட்டியை (டீ.வி) எடுத்துக்கொள்ளுங்கள். ரிமோட்டைத் தட்டினால் “ஆன்” ஆகும். சேனல் மாற்றினால் வேறு படம் காட்டும். “கேட்கல இன்னும் சத்தம்” என்றால் வால்யூம் அதிகமாகும். அவ்வளவு தான். இதுபோக வேறெதுவுமே செய்யாது. செய்யவும் தெரியாது.

நாம் அன்றாட வாழ்வில் பயன்படுத்தும் எல்லாக் கருவிகளும் இது போலத்தான். அவற்றால் எவையெல்லாம் செய்ய இயலும் என்னும் வரையறைகள் உள்ளன. அவற்றின் உலகம் அத்துடன் முடிந்துவிடுகிறது. ஆனால் ஏ.ஐயை அவ்வாறு சொல்ல இயலாது.

ஏஜயால் செய்ய இயலும் காரியங்கள் இவை மட்டுமே என்று கட்டம் கட்ட முடியாது. அதன் எல்லைகள் நம் கண்களுக்குப் புலப்படாது. இன்னுமொரு முக்கியமான வேறுபாடு, ஏ.ஐ இதைத் தான் செய்யப் போகிறது என்று நம்மால் உறுதியாகச் சொல்ல இயலாது.

அதாவது, ஆக்ஸிலேட்டரை அழுத்தினால் கார் வேகமெடுக்கும். ப்ரேக்கை மிதித்தால் சட்டென நிற்கும். ஆயிரம் முறை செய்தாலும் இதேதான். ஆனால் ஏ.ஐ அவ்வாறல்ல. ஒரு கட்டளையிடுகிறீர்கள். இப்போது கேட்டால் ஒரு பதில் வரும். மீண்டும் அதையே கேட்டால் கிளிப்பிள்ளை போலத் திரும்பச் சொல்லாது. வேறொன்றைக் கூறும்.

“என்னா மேன் மாத்திச் சொல்ற...” என்று எம்.ஆர். ராதா தொனியில் கோபப்பட முடியாது. அது சொல்வதே வேதம். “வாழ்க்கை என்பது அந்தந்த நேரத்து நியாயம்” என்று ஜெயகாந்தன் அவர்கள் சொன்னது போலவேதான் ஏ.ஐயின் பதிலும். அந்தந்த நேரத்து நியாயம்.

முதலில் வந்த பதிலும் ஏன் வந்ததென்று தெரியாது. அடுத்து ஏன் மாறியது என்றும் புரியாது. மனிதன் உருவாக்கிய கருவியொன்று

எவ்வாறு செயல்படுகிறது என்று அவனு(ளு)க்கே புரியாமல் இருப்பது இதுவே முதல் முறை.

எனவே ஏ.ஐயை செயற்கை நுண்ணறிவு என்பதைவிட, ஏலியன் நுண்ணறிவு என்றுதான் சொல்லவேண்டும். ஏலியன் என்றால் அது எவ்வாறு செயல்படும் என்று நமக்குத் தெரியாது. நாம் வாழும் இவ்வுலக விதிகளுக்கு கட்டுப்படாதது. எனவேதான் ஏலியன்.

ஏலியன் வேண்டாமென்றால் குட்டிச்சாத்தான் என்றும் வைத்துக்கொள்ளலாம். முந்தைய பாராவில் "ஏலியன்" என்று நான் எழுதியிருக்கும் இடங்களிலெல்லாம் "குட்டிச்சாத்தான்" என்று மாற்றி வாசித்தாலும் பொருந்தும். எங்கே... ஒரு முறை சமர்த்தாக வாசித்துவிட்டு வாருங்கள்.

என்ன... நான் சொன்னது சரிதானே? இருக்கட்டும். குட்டிச்சாத்தானிடம் எவ்வாறு வேலை வாங்குவது. நம் விருப்பப்படியெல்லாம் அதை எவ்வாறு ஆட்டுவிப்பது? அதைத்தான் இந்தப் புத்தகத்தில் பார்க்கப் போகிறோம்.

கொஞ்சம் வரலாறு. உங்கள் வயது நாற்பதுக்கு மேலென்றால் நீங்கள் "டாஸ்" *(DOS)* என்ற ஒன்றைப் பயன்படுத்தியிருப்பதற்கான சாத்தியங்கள் அதிகம். *C:\>_* இவ்வாறு திரையில் வருமே... நினைவிருக்கிறதா? அதை நாம் "டாஸ் ப்ராம்ப்ட்" என்போம். இங்கும் ஒரு "ப்ராம்ப்ட்" இருக்கிறது பாருங்கள். இதுவும் ஏ.ஐ ப்ராம்ப்ட்டும் ஒன்றல்ல.

"பின்ன... ஏனிந்த ஆட்டோக்ராப் கதை?" என்றால் காரணம் இருக்கிறது. ஆரம்பத்தில் கம்ப்யூட்டர்களை சில கமாண்ட்கள் வழியே மட்டுமே இயக்கினர். அந்த கமாண்ட்களை இந்த டாஸ் ப்ராம்ப்ட்டில் கொடுப்பர். யூனிக்ஸ்காரர்கள் இதையே டெர்மினல் என்றார்கள். உதாரணமாக இன்று என்ன தேதியென்று தெரியவேண்டுமென்றால் "*date*" என்று கட்டளையிட வேண்டும்.

அதாவது, நீங்கள் கம்ப்யூட்டரை இயக்க விரும்பினால் இந்த கமாண்ட்கள் நிச்சயம் தெரிந்திருக்க வேண்டும். மனப்பாடம் செய்து வைத்திருக்க வேண்டும். எத்தனை காமாண்ட் உங்களுக்குத் தெரிகிறதோ அவ்வளவு பெரிய விற்பன்னர் நீங்கள். உங்களின் பாண்டியத்தியத்தை பட்டியலின் நீளமே முடிவு செய்யும்.

பின்னர், “அம்மாடி... நம்மால மெமரி பண்ண முடியாது சாமி...” என்று புலம்பியவர்களுக்காக வந்ததுதான் க்ராபிக்கல் யூஸர் இண்டர்பேஸ். சுருக்கமாக *GUI*. இதில் நீங்கள் மவுஸ் மூலம் க்ளிக் செய்தாலே போதும். கட்டளையிடப்பட்டு விடும்.

கதைச் சுருக்கம் என்னவென்றால், கம்ப்யூட்டரை இயக்க ஒரு கட்டளைத் தொகுதி இருந்தது. இந்தக் கட்டளை என்றால் இதுதான் பதில். இவ்வாறு கம்ப்யூட்டர்கள் ப்ரோக்ராம் செய்யப்பட்டிருந்தன. முதலில் டீவி உதாரணம் பார்த்தோமே. அதே போலத்தான்.

இந்தக் கட்டம் வரை சிக்கலில்லை. ஆனால் கம்ப்யூட்டருக்கென நாம் ஏன் மெனக்கெட வேண்டும். அதற்கும் நாம் பேசும் மொழியைக் கற்றுக்கொடுத்துவிட்டால். இந்தச் சிந்தனையில் உதித்ததுதான் நேச்சுரல் லாங்குவேஜ் ப்ராசஸிங்.

கணினி மனித மொழி கற்றதா? ஆம் எனில் அதனால் நம் சிக்கல் குறைந்ததா? ஏ.ஐ இதில் எங்கிருந்து வந்தது? அடுத்த அத்தியாயத்தில்.

2. எஜமான் காலடி மண்ணெடுத்து...

கணினி ஒரு வேலையாள். இயக்குபவர்தான் அதன் எஜமானன். வேலையாளின் மொழியை எஜமானர்கள் கற்பதில்லை. ஆனால் கணினியைப் பொறுத்தவரை அவ்வாறுதான் நிகழ்ந்தது. எஜமானர்களாகிய நாம், பணியாளாகிய கணினியின் மொழியைக் கற்கவேண்டிய சூழல் வந்தது. பெரிதும் முனைந்து நாமும் கற்றோம்.

சென்ற அத்தியாயத்தில் “டாஸ் ப்ராம்ப்ட்” பற்றிக் குறிப்பிட்டிருந்தேன். சில கட்டளைகள். கணினியுடன் உரையாட இக்கட்டளைகளை நாம் கற்றோம். இவை ஆதிகால கம்ப்யூட்டர்கள். அங்கிருந்து கணினிகள் பரிணாம வளர்ச்சியடைந்து வெகுவாக வளர்ந்துவிட்டன.

கணினிகள் மனித மொழி கற்றக்தொடங்கின. எஜமானர்களின் வசதிதானே என்றைக்குமே முக்கியம். அலெக்ஸா, ஸீரீ என எண்ணற்ற அசிஸ்டண்ட்கள் வந்துவிட்டன. ப்ராம்ப்ட் எஞ்சினியரிங் பற்றித் தெரிந்துகொள்ள, கணினிகள் மனித மொழிகளை எவ்வாறு கையாள்கின்றன எனத் தெரிந்துகொள்வது அவசியம்.

கணினிகளின் உலகமும் மனிதர்களின் உலகமும் வேறு. பொதுவாகக் கணினிகள் எண்களைச் சிறப்பாகக் கையாளும். டிஜிட்டல் என்னும் சொல்லே கூட “டிஜிட்” என்ற சொல்லிலிருந்துதான்

வந்துள்ளது. எனவே டிஜிட்டல் உலகத்தில் எல்லாமும் எண்கள் தான்.

மனிதர்களாகிய நமது உலகிலும் எண்கள் உண்டு. எழுத்துகளும். எண்ணும் எழுத்தும் கண்ணெனத் தகும் அல்லவா. கணினிகளைப் பொருத்தவரை எழுத்துகள்கூட எண்களால் ஆனவைதான்.

ஓர் எழுத்துக்கு ஓர் எண். முன்பெல்லாம் ஆஸ்க்கி *(ASCII)* என்றிருந்தது. அதன் பின்னர் யூனிகோட். உலக மொழிகள் அனைத்திலும் உள்ள எழுத்துகளுக்கு பிரத்தியேக எண்கள் வழங்கப்பட்டுள்ளன.

ஆரம்பத்தில் கணினிகளில் ஆங்கிலம் மட்டுமே உள்ளீடு செய்வது போல இருந்தது. பின்னர் வெவ்வேறு உலக மொழிகளும் அதற்குள் வந்ததற்கு யூனிகோட்தான் காரணம்.

நிற்க. இங்கு ஒரு விசயத்தைத் தெளிவுபடுத்திக்கொள்ளுங்கள். கணினியில் ஒரு மொழியை உள்ளீடு செய்ய முடிவதாலேயே அதற்கு அம்மொழி தெரியும் என்று பொருளல்ல.

உள்ளீடு செய்வது என்பது ஒரு மொழியின் எழுத்துருக்களை காட்சிப்படுத்தும் வல்லமையைக் கணினிக்குக் கொடுப்பது. இது முதற்படி மட்டுமே. மொழியைத் தெரிந்துகொள்வது என்பது முற்றிலும் வேறு.

நாம் எவ்வாறு ஒரு மொழியைக் கற்கிறோம்? எழுத்து, சொல், பொருள் என்றொரு வரிசையுள்ளது. இன்னும் கொஞ்சம் விளக்கமாகச் சொல்கிறேன். பின்வரும் வாக்கியத்தை எடுத்துக்கொள்ளுங்கள். “மாமரக் கிளையில் இருகிளிகள் அமர்ந்துள்ளன”. இவ்வாக்கியத்தை வாசித்தவுடன் என்ன நிகழ்கிறது? இக்காட்சி நம் மனக்கண்ணில் விரிகிறது. நான்கே நான்கு எளிய வார்த்தைகளால் அப்பிம்பத்தை எவ்வாறு கட்டமைக்க முடிகிறது? அது மனிதமூளை என்றொரு நிகரற்ற அற்புதத்தால் சாத்தியமாகிறது. லட்சக்கணக்கான ஆண்டுகள் தொடர்ந்து நிகழ்ந்த பரிணாம வளர்ச்சியின் கொடை.

ஆனால் கணினிகளால் இவ்வாறு விஷுவலைஸ் செய்ய முடியாது. இதே வாக்கியத்தைக் கணினி புரிந்துகொள்ள வேண்டுமெனில், பல்வேறு படிநிலைகளைக் கடந்து வரவேண்டும். “புரிந்துகொள்வது” என்பது மிகவும் சிக்கலான செயல்பாடு.

மேற்சொன்ன வாக்கியத்தையே எடுத்துகொள்ளுங்கள். இதில் மரம் என்றால் என்னவென்று கணினி அறிய வேண்டும். அதன் பின்னர் மாமரம். கிளை. கிளி. அமர்தல்.

இச்சொற்களைத் தனித்தனியாகப் புரிந்துகொண்டால் மட்டும் போதாது. அவை ஒன்றிணையும் போது உருவாகும் ஒட்டுமொத்த அர்த்தத்தையும் உணரவேண்டும். இதைச் செய்வதற்கு பள்ளியில் “பார்ட்ஸ் ஆப் ஸ்பீச்” *(Parts of Speech)* என்று ஒன்றைப் படித்திருப்பீர்களே? எழுவாய், பயனிலை, செயப்படுபொருள். சப்ஜெக்ட், வெர்ப் ஆப்ஜெக்ட். இவ்வாறு செய்வதை *POS tagging* என்றழைக்கிறார்கள்.

இதிலென்ன சிக்கல் என்கிறீர்களா? இருக்கிறது. இலக்கணம் மட்டுமே கற்றுக்கொடுத்தால் போதாது. புரிதல் நிகழ உலகம் குறித்த அறிவும் வேண்டும். ஒரு பொருள் இன்னொரு பொருளுடன் எவ்வாறு தொடர்புடையது என்னும் பொது அறிவு அவசியம்.

இவ்வாறு சொன்னால் எளிதாகப் புரியும். ஒரு குழந்தை எவ்வாறு மொழி கற்கிறது? இலக்கணம் வழியாக அல்ல. பேசத் தொடங்கும் எந்தக் குழந்தைக்கும் இலக்கணம் கற்றுக்கொடுப்பதில்லை. தான் சார்ந்த சூழலை அந்தக் குழந்தை உற்றுக் கவனிக்கிறது. பேரார்வத்துடன். ஒவ்வொரு சிறு சிறு அசைவையும் துல்லியமாக உற்றுநோக்குகிறது.

கணினிகளுக்கு இவ்வாறு உலக அறிவைப் புகட்டவும் வல்லுநர்கள் முயன்றிருக்கின்றனர். ஆண்ட்டாலஜி *(Ontology)* என்று ஒன்றுள்ளது. பெயர் தான் கொஞ்சம் கரடுமுரடாக இருக்கும். ஆனால் மிகவும் சுவாரசியமானது. ஆண்ட்டாலஜி என்பது கிட்டத்தட்ட ஒரு “அறிவு மேப்” போல.

சொற்கள், அவற்றின் பொருள், அப்பொருள்களுக்கு இடையேயான உறவு. இவ்வாறு அனைத்தையும் ஒன்று சேர்த்து ஒரு பெரிய தகவல் களஞ்சியத்தை உருவாக்குவது. மரத்தையும், கிளையையும், கிளியையும் புரிந்துகொள்ள இது மிகவும் அவசியம்.

ஆரம்பத்தில், ஒரு பெரிய ரூல்ஸ் பட்டியல் உருவாக்கிவிட்டால் போதும் என்று நினைத்திருக்கிறார்கள். பட்டியல் இலங்கையை எரித்த அனுமன் வால்போல் வளர்ந்ததுதான் மிச்சம். பெரிதாகப் பலன் தரவில்லை.

பின்னர் ஸ்டாட்டிஸ்டிக்ஸ் துணையுடன் முயன்றிருக்கிறார்கள். அதாவது ஒரு சொல்லைத் தொடர்ந்து வேறெந்தச் சொல் வருவதற்கான வாய்ப்புகள் மிகவும் அதிகம் என்று கணித்தால் வேலை சுலபமாகிவிடும் என்று நம்பியிருக்கிறார்கள். இது கொஞ்சம் பலன் தந்துள்ளது.

ஏ.ஐ வந்தபின், மெஷின் லேர்னிங், டீப் லேர்னிங் என பல்வேறு விதங்களில் முயன்று வருகின்றனர். எப்படியாவது இந்தக் கம்ப்யூட்டர்களின் மொழியறிவை அதிகமாக்கிவிடுவது என்று தீவிரமாகச் செயல்படுகின்றனர். இது என்னவோ கணினிகளின் மேலுள்ள அக்கறையினால் அல்ல. நமக்கு வேலை சுலபமாகும் என்பதால்.

கணினிக்கு நமது மொழியில் இடும் ஆணைதான் ப்ராம்ப்ட். அவற்றை இப்போது கணினிகளால் பெருமளவு புரிந்து கொள்ள முடிவதற்குக் காரணம் நீண்ட காலமாக நிகழ்ந்துவரும் ஆய்வுகளின் பலன்.

இப்போது கணினிக்கு மனிதமொழிகள் பலவும் தெரியும். ஆயினும் நாம் வழங்கும் கட்டளைகளில் - ப்ராம்ப்ட்களில் குழப்பம் இருக்கக் கூடாது. சந்தேகத்திற்கு இடமின்றி தெளிவாகச் சொல்வதுதான் ப்ராம்ப்ட்களைப் பொருத்தவரை மிகவும் அவசியம். அவ்வாறு தெளிவாகச் சொல்லிவிட்டால், எஜமான் காலடி மண்ணெடுத்து என்று நாமிட்ட பணிமுடிக்கக் கிளம்பிவிடும்.

தெளிவாகப் ப்ராம்ப்ட் தருவது எப்படி? தொடர்ந்து வாசியுங்கள். அடுத்தடுத்த அத்தியாயங்களில் குட்டிச்சாத்தனை வசியப்படுத்தும் வித்தைகளை ஒவ்வொன்றாகப் பார்ப்போம்.

3. ப்ராம்ப்ட் எனப்படுவது யாதெனின்...

ப்ராம்ப்ட் என்பது வெறுமனே ஒரு கேள்வியல்ல. அது நாம் கொடுக்கும் ஆணை. நாம் விரும்பும் செயலை ஏ.ஐ திருத்தமாகச் செய்து முடிப்பது இந்த ஆணையைப் பொருத்ததே. ஓர் உதாரணம்: கவர்மெண்ட் ஆர்டர்களைப் (GO) பார்த்திருப்பீர்கள். நாளை விடுமுறை என்பது தான் செய்தியாக இருக்கும். ஆனால் நாளை விடுமுறை என்று இரண்டு வார்த்தைகள் மட்டுமே இருக்காது.

குழப்பமில்லாமல் விளக்கியிருப்பார்கள். யாருக்கெல்லாம் விடுமுறை? யாரெல்லாம் கட்டாயம் வேலைக்கு வரவேண்டும்? இதற்கு காம்பென்சேஷன் வேலை நாள் ஏதும் இருக்கிறதா? யார் அறிவிக்கிறார்கள்? இன்னபிற சங்கதிகளுடன் ஒரு பக்க அளவுக்கு அடித்து பச்சை மையில் ஓர் அதிகாரி கையெழுத்திட்டிருப்பார். அந்தக் கையெழுத்துக்குக் கீழே சில உபதெய்வங்களின் அனுமதியும் வரிசைகட்டி நிற்கும்.

மேம்போக்காகப் பார்த்தால், வெட்டிவேலை போலத்தான் தோன்றும். ஆனால் அரச கட்டளை என்பது லவ் லெட்டர் போலல்ல. நீங்கள் நினைத்ததையெல்லாம் எழுதமுடியாது. எதையாவது எழுதிவிட்டு, “நான் அப்டி நெனச்சி எழுதலியே...” என்று ஜகா வாங்கமுடியாது. ப்ராம்ப்ட்களும் அரச கட்டளைகள் போலத்தான்.

அப்படியென்றால் ப்ராம்ப்ட்டில் கேள்வி கேட்கக்கூடாதா? கேட்கலாம். ஆனால் அவ்வாறு கேட்பதற்கு ஒரு முறை இருக்கிறது. ப்ராம்ப்ட் "எஞ்சினியரிங்" என்றுதான் சொல்கிறோம். ஆயினும் இதில் பொறியியல் இருக்கும் அளவிற்கு கலையும் இருக்கிறது.

கலை எப்படி? நீங்கள் தேர்ந்தெடுக்கும் சொற்கள். அவற்றை அடுக்கும் விதம். அடுத்தடுத்து கேட்கும் தொடர் கேள்விகள். இவ்வாறு பலவும் சேர்ந்து செய்யும் ஜாலமே ப்ராம்ப்ட் என்னும் அறுபத்தைந்தாவது ஆய கலை. குட்டிச்சாத்தனை வசியம் செய்வதென்றால் லேசுப்பட்ட காரியமா என்ன?

கவர்மெண்ட் ஆர்டர் உதாரணம் சொன்னேன் அல்லவா? இதைத் தவறாகப் புரிந்துகொள்ளவும் வாய்ப்பிருக்கிறது. தெளிவுபடுத்திவிடலாம். ப்ராம்ப்ட் என்றாலே ஒரு பக்க அளவுக்கு எழுதும் "நீட்டல் விகாரம்" என்று எண்ணிவிடாதீர்கள். நான் சொல்ல வந்தது, ஐயத்திற்கு இடமிருக்கக் கூடாது என்பதுதான். நீங்கள் வள்ளுவர் போல, ஏழே சொற்களில் குழப்பமின்றி ஏ.ஐக்கு விளக்கமுடியும் எனில் சிறப்பு.

பலவிதமான ப்ராம்ப்ட்கள் உள்ளன. அவற்றுள் பின்வரும் இரண்டு வகைகள் மிகவும் பிரசித்தம்.

ஜீரோ ஷாட் ப்ராம்ப்ட் (Zero-shot prompt)

ஃப்யூ ஷாட் ப்ராம்ப்ட் (Few-shot prompt)

முதலாவதாக ஜீரோ ஷாட் ப்ராம்ப்ட். இந்த வகை ப்ராம்ப்ட்களில் நமக்கு என்ன தேவை என்பதை மட்டுமே சொல்வது. நிறைவேற்றும் பொறுப்பை ஏஐ கடவுளிடமே வழங்கி முழுச் சரணாகதியாகிவிடுவது.

ஓர் எடுத்துக்காட்டு. கட்டுரையொன்றை எடுத்துக்கொள்ளுங்கள். ஏ.ஐயிடம் கொடுத்து சுருக்கச் சொல்லவிருக்கிறோம். அதற்கு என்ன கட்டளை கொடுக்கலாம்.

சுமாரான ப்ராம்ப்ட்: "பின்வரும் கட்டுரையை சுருக்கி எழுது."

இந்தப் ப்ராம்ப்ட்டும் வேலை செய்யும். ஆனால் நமக்கு என்ன வேண்டும் என்று தெளிவாகக் கூறாததால், ஏஐ தன் "இஷ்டத்திற்கு" ஒரு சுருக்கத்தைத் தரும். "நாம குடுத்து வச்சது அவ்வளவுதான்..."

என்று சீரியல் கேரக்டர் போல கண்ணைக் கசக்கி, இதற்கே திருப்தியடைந்துவிடலாம்.

இல்லை. எனக்கிது போதாது. நானெல்லாம் சிங்கப்பெண் (/ ஆண்சிங்கம்). எனக்கென்ன வேண்டும் என்பதில் உறுதியாக இருப்பேன் என்றால், பின்வரும் ப்ராம்ப்ட்டைத் தட்டிவிடுங்கள்.

சீர்மிகு ப்ராம்ப்ட் :

"பின்வரும் கட்டுரையைப் படித்து, அதன் முக்கியக் கருத்துகளை மட்டும் 3-4 பத்திகளில் சுருக்கமாக எழுதவும். கட்டுரையின் முக்கியக் கருத்துக்கள், வாதங்கள் மற்றும் முடிவுகளை மட்டும் உள்ளடக்கி, தேவையற்ற விவரங்களைத் தவிர்க்கவும். உங்கள் சொந்த வார்த்தைகளில் தெளிவாக எழுதவும்."

இந்தப் ப்ராம்ப்ட்டில், நமக்கென்ன வேண்டும் என்பதை குறிப்பிட்டிருக்கிறோம்:

சுருக்கத்தின் நீளம் குறிப்பிடப்பட்டுள்ளது (3-4 பத்திகள்). இதற்குப் பதிலாக எத்தனை சொற்களில் சுருக்கம் வேண்டும் என்பதையும் குறிப்பிடலாம்.

முக்கியக் கருத்துகளை மட்டும் தேர்ந்தெடுக்கவேண்டும் என்பது தெளிவாக்கப்பட்டுள்ளது.

சொந்த வார்த்தைகளில் எழுத வேண்டும் என்பது குறிப்பிடப் பட்டுள்ளது. இரண்டு விதமான சுருக்கும் முறைகள் உள்ளன. ஒன்று நாம் கொடுத்திருக்கும் கட்டுரையின் சொற்களை மட்டுமே பயன்படுத்திச் சுருக்குவது. இதை *extractive summary* என்கிறார்கள். இன்னொரு ரகம் *abstractive summary*. அதாவது, கட்டுரையின் கருத்தை உள்வாங்கி சொந்த வார்த்தைகளில் எழுதுவது. நாம் இந்தப் ப்ராம்ப்ட்டில் கேட்டிருப்பது இரண்டாவது ரகம்.

தேவையற்ற விவரங்களைத் தவிர்க்கவேண்டும் என்பது வலியுறுத்தப்பட்டுள்ளது. உங்கள் தேவைக்கேற்ப இந்த ப்ராம்ப்ட்டை மாற்றி அமைத்துக் கொள்ளலாம். உதாரணமாக, உங்களுக்கு *extractive summary* வேண்டுமென்றால் அதையும் தெளிவாகக் குறிப்பிடலாம்.

அதெல்லாம் சரி... இதை எங்கு கொடுப்பது? எவ்வாறு பயன்படுத்துவது?

பலவிதமான குட்டிச்சாத்தான்கள் உள்ளன. சாட்ஜிபிடி தொடங்கி, ஜெமினி, கோபைலட், க்ளாட் என்றொரு நீண்ட பட்டியல் உள்ளது.

இவையெல்லாமே பெரு மொழிமாதிரிகள். லார்ஜ் லாங்குவேஜ் மாடல்கள். சுருக்கமாக *LLM.* இவற்றில் எதை வேண்டுமானலும் பயன்படுத்தலாம். எனது அனுபவத்தில், தமிழ் போன்ற இந்திய மொழிகளைக் கையாள்வதில் க்ளாடுக்கு *(Claude)* இணையில்லை. இப்போதைக்கு. இலவசமாகவே பயன்படுத்தலாம். இந்த லிங்க்கில் *(https://claude.ai/)* உள்ளது.

இனி நாம் பார்க்கப்போகும் ப்ராம்ப்ட்களையெல்லாம் வெறுமனே வாசிப்பதோடு நிறுத்திவிடாதீர்கள். முயன்று பாருங்கள். என்ன சொல்கிறது குட்டிச்சாத்தான் என்று உன்னிப்பாகக் கவனியுங்கள்.

ப்ராம்ப்ட்டை நீங்களே பட்டி டிங்கரிங் செய்து ஓடவிடுங்கள். என்ன நடக்கிறதென்று பாருங்கள்.

இதுவும் ஒரு திறன்தான். சைக்கிள் ஓட்டுவது போல. டைப்ரைட்டிங் போல. ஆரம்பத்தில் கொஞ்சம் சிக்கலாக இருக்கும். ஆனால் பழகிவிட்டால், நீங்களும் வித்தைகாட்டலாம். வசியம் பழகிவிட்டால் குட்டிச்சாத்தான் நீங்கள் சொன்னதையெல்லாம் செய்யும்.

ஒரு ஹோம் ஒர்க். சமீபத்தில் வாசித்த ஒரு கட்டுரையை நீங்களே சுருக்கி எழுதுங்கள். பிறகு அதை க்ளாடனாரிடம் கொடுத்து சுருக்கச் சொல்லுங்கள். இரண்டையும் ஒப்பிட்டுப் பாருங்கள். சில உண்மைகள் விளங்கும்.

4. நிற்க அதற்குத் தக

ஹோம் ஓர்க் செய்தீர்களா? என்ன ஹோம் ஓர்க் என்போர், சென்ற அத்தியாயத்தை அணுகவும். இரண்டு வகையான ப்ராம்ப்ட்கள் உண்டென்று பார்த்திருந்தோம். ஜீரோ ஷாட். ஃப்யூ ஷாட். இதில் ஜீரோ ஷாட் ப்ராம்ப்டிங் குறித்து விரிவாகப் பார்த்தோம். இப்போது ஃப்யூ ஷாட் ப்ராம்ப்ட்டிங் பற்றித் தெரிந்து கொள்வோம்.

ப்ராம்ப்ட் கொடுக்கும்போது நமக்கு என்ன வேண்டும் என்பதைத் தெளிவாகச் சொல்ல வேண்டும். இதுதான் பாலபாடம். சில சூழல்களில் இதற்கு ஜீரோ ஷாட் போதுமானதாக இருக்காது. அப்போது நமக்குக் கைகொடுப்பதுதான் ஃப்யூ ஷாட் ப்ராம்ப்ட்டிங்.

லைட்டா கொழப்புதா...? ஒன்றுமில்லை. சிம்பிளான விசயம் தான்.

பள்ளிக் குழந்தைகளுக்கு எவ்வாறு கடினமான விசயங்களைச் சொல்லிக்கொடுக்கிறார்கள்? அதற்கென்று சில உத்திகள் உள்ளன. உதாரணமாக கணிதப் பாடத்தை எடுத்துக்கொள்ளுங்கள். அதில் பயன்படுத்தப்படும் ஓர் உத்தி "எடுத்துக்காட்டு".

இவ்வாறுதான் விடை கண்டறிய வேண்டும் என்று அவர்களே சில கணக்குகளைப் புத்தகத்தில் செய்து காட்டியிருப்பார்கள். அதன் பின்னர் அதே போல, பல்வேறு கணக்குகள் மாணவர்களுக்குக்

கொடுக்கப்படும். எடுத்துக்காட்டுகளில் சொன்ன வழிமுறைகளைக் கையாண்டு இந்தக் கணக்குகளுக்கான விடைகளை அவர்கள் காணவேண்டும்.

தேர்வில் எடுத்துகாட்டுக் கணக்கே வரவேண்டும் என்று என்பது தான் பெரும்பாலான பள்ளி மாணவர்களின் பிரார்த்தனை. ஏனென்றால் அதற்குத்தானே புத்தகத்திலேயே விடை இருக்கிறது. நம்மூரில் பலராலும் "இது நமக்குச் செட்டாகாது" என்று தவறாகப் புரிந்து கொள்ளப்பட்டவை இரண்டு. ஒன்று கணிதம். இன்னொன்று காந்தி.

சரி... அதை விடுங்கள். ஒருமுறை ஆசிரியர் செய்து காட்டுவார். அதைப் போலவே மாணவர்களும் செய்ய முயல்வர். இது தொன்றுதொட்டு இருந்து வரும் கற்றல் முறை. இதை "லேர்னிங் பை எக்ஸாம்பிள்" *(Learning by Example)* என்கிறார்கள்.

குழந்தைகளிடம் கடைபிடித்த இந்த முறையை ஏ.ஐயிடமும் கடைபிடிப்பதுதான் ஃப்யூ ஷாட் ப்ராம்ப்ட்டிங். இந்தவகைப் ப்ராம்ப்ட்களில் நமக்கு என்ன வேண்டும் என்று சில எடுத்துக்காட்டுகளைக் கொடுக்க வேண்டும். இதை ஏ.ஐ மாடல்கள் உற்றுநோக்கும். அதன் பின்னர் நாம் கேட்பதற்குப் பதில் சொல்லும்.

ஃப்யூ ஷாட் ப்ராம்ப்ட்டிற்கான ஓர் எளிய உதாரணத்தைப் பார்ப்போம். "செண்டிமெண்ட் அனாலைசிஸ்" *(Sentiment Analysis)* என்று ஒன்றுள்ளது. ஏ.ஐ உலகில் செ.அ மிகவும் பரவலாகப் பயன்படுத்தப்படும் ஒன்று.

அதென்ன செ.அ? நாம் ஒரு கருத்தைக் கூறுகிறோம். அது நேர்மறையானதா, எதிர்மறையானதா, அல்லது மய்யமானதா என்பதை அறிவதுதான் செ.அ. அமேசான் போன்ற தளங்களில் வாடிக்கையாளர்கள் தாங்கள் வாங்கிய பொருள்களுக்கு ரிவ்யூ எழுதியிருப்பார்கள். அதில் எவையெல்லாம் பாஸிட்டிவ், நெகட்டிவ், நியூட்ரல் என்று வகைப்படுத்தித் தெரிந்துகொள்வது அவசியம். இதன் மூலம் அந்தப் பொருள் குறித்த ஒட்டுமொத்த அபிப்ராயத்தை நாம் அறிந்துகொள்ள முடியும்.

பொருள்கள்தான் என்றில்லை. திரைப்படங்கள், புத்தகங்கள் என்று பலவற்றிற்கும் இப்போது செ.அ செய்யப்படுகிறது. இதுபோக, சோஷியல் மீடியாவில் பரபரப்பாக இருக்கும் அரசியல் கட்சிகளின்

ஐடி விங்குகளும் செ.அவில் கவனமாக இருக்கின்றனர். தங்களின் எந்த அறிவிப்புகள் மக்கள் மத்தியில் வரவேற்பினைப் பெறுகின்றன, எவை வெறுக்கப்படுக்கின்றன, எவை கண்டுகொள்ளப்படுவதில்லை என்றறிய இந்த உத்தி உதவுகிறது.

இந்தப் ப்ராம்ப்ட்டைப் பாருங்கள்:

படம் நன்றாக இருந்தது // *positive*

படம் மோசமாக இருந்தது // *negative*

படம் எனக்குப் பிடித்தது, ஆனால் முடிவு சுமாராக இருந்தது // *neutral*

படம் எனக்கு மிகவும் பிடித்திருந்தது //

இந்தப் ப்ராம்ப்ட்டில் நான்கு வரிகள் உள்ளன. முதல் மூன்று வரிகள் எடுத்துக்காட்டுகள். இவற்றில் ஒரு திரைப்படம் குறித்த மூன்று கருத்துகள் உள்ளன. முதல் கருத்து பாஸிட்டிவ் என்றும், இரண்டாவது கருத்து நெகட்டிவ் என்றும், மூன்றாவது நியூட்ரல் என்றும் குறிக்கப்பட்டுள்ளது.

முதல் மூன்று வரிகளில் என்ன செண்டிமெண்ட் என்று கொடுக்கப்பட்டுள்ளது. நான்காவதாக செண்டிமெண்ட் தரப்படவில்லை. இந்தப் ப்ராம்ப்ட்டை கிளாடில் ஓடவிடுங்கள். நான்காவது வரிக்கான செண்டிமெண்ட்டை அதுவே கண்டறிந்து சொல்லும்.

இதென்ன பிரமாதம் என்றால் விசயம் இருக்கிறது. நாம் நினைப்பது போல செ.அ அவ்வளவு எளிதல்ல. இங்கே நாம் மிக எளிதான உதாரணம் ஒன்றைப் பார்த்திருக்கிறோம். ஆனால் மில்லியன் கணக்கான வாடிக்கையாளர்கள் ரிவ்யூ எழுதும் தளங்களில் இது போன்று செ.அ செய்வது சவாலானது.

இந்தப் ப்ராப்ட்டில் "//" என்று ஏன் கொடுக்கப்பட்டுள்ளது? இது நமது வாக்கியத்தையும் அதற்கான செ.அவையும் பிரிப்பதற்கான சிம்பல். இதைத் தான் பயன்படுத்த வேண்டுமென்றில்லை. உங்களுக்குப் பிடித்த வேறெந்தச் சிம்பலையும் பயன்படுத்திக்கொள்ளலாம்.

செ.அ மட்டுமல்ல. இன்னபிற செயல்பாடுகளுக்கும் ஃப்யூ ஷாட் ப்ராம்ப்ட்களைப் பயன்படுத்தலாம். எங்கெல்லாம் உதாரணங்கள்

மூலம் நமக்கு என்ன வேண்டும் என்று விளக்கமுடியுமோ அங்கெல்லாம் ஃப்யூ ஷாட் துணை செய்யும். ஒரு ப்ரோக்ராம் எழுதச் சொல்லும்போது, கணக்குகளைத் தீர்ப்பதற்கு. இவ்வாறு பல்வேறு சூழல்களிலும்.

நீங்களும் முயன்று பாருங்கள். சில எடுத்துக்காட்டுகளைக் கொடுங்கள். பின்னர் அதைப்போலவே நீங்கள் கொடுக்கும் அத்தனைக்கும் ஏ.ஐ விடையளிக்கும். ஃப்யூ ஷாட் ப்ராம்ப்ட்டில் நாம் என்ன கொடுத்திருக்கிறோம் என்று ஏ.ஐ கவனிக்கிறது. கற்கிறது. பின்னர் தான் கற்றதைக்கொண்டு செயல்படுகிறது. நிற்க அதற்குத் தக என்று குறள் சொன்னது போல.

ஜீரோ ஷாட் மற்றும் ஃப்யூ ஷாட் தவிர இன்னும் வெவ்வேறு விதமான ப்ராம்ப்ட் வகைகள் இருக்கின்றன. ஒவ்வொன்றாக வரும் அத்தியாயங்களில் தெரிந்துகொள்வோம்.

அதுவரை எடுத்துக்காட்டுகள் சொல்லி, குட்டிச்சாத்தானை வசியப்படுத்திக்கொண்டிருங்கள்.

5. பஞ்சதந்திரம்

“ஓர் அனுபவம் வாய்ந்த தமிழ் ஆசிரியராக மாணவர்களுக்கு இலக்கணம் கற்பிக்க வேண்டும். இது ஆறாம் வகுப்பு மாணவர்களுக்கானது, அவர்களுக்கு அடிப்படை இலக்கணம் மட்டுமே தெரியும். வினா-விடை முறையில் எளிய உதாரணங்களுடன் விளக்கவும். அன்பான, ஊக்கமளிக்கும் தொனியில் விளக்கவும்.”

இது ஒரு ப்ராம்ப்ட். உற்றுக் கவனித்தால் இந்த ப்ராம்ப்ட்டில் ஓர் ஒழுங்கு இருப்பதை உணரலாம். இந்த ப்ராம்ப்ட்டை டீகோட் செய்வதன் மூலம் நாம் ப்ராம்ப்ட் கலையின் பஞ்சதந்திரங்களைத் தெரிந்துகொள்ளவிருக்கிறோம்.

ப்ராம்ப்ட்டில் பல்வேறு பாகங்கள் உள்ளன. அவற்றைச் சரியாக அமைப்பது மிகவும் அவசியம். நாம் ஏ.ஐயிடம் ஏதோ ஒன்றை எதிர்பார்க்கிறோம். அவ்வண்ணமே ஏ.ஐ செய்துமுடிக்க வேண்டுமென்றால் ப்ராம்ப்டின் பல்வேறு பாகங்களையும் பக்குவமாகக் கொடுக்கவேண்டும். “சுமார்” ப்ராம்ப்ட்டில் இருந்து “சூப்பர்” ப்ராம்ப்ட்டிற்கு முன்னேற வேண்டுமானால் இப்பாகங்கள் குறித்து அறிந்துகொள்வது இன்றியமையாதது.

பொதுவாகப் ப்ராம்ப்ட்டில் ஐந்து பாகங்கள் உள்ளன:

ஆளுமை *(Persona)*
பணி *(Task)*
சூழல் *(Context)*
வடிவம் *(Format)*
தொனி *(Tone)*

ஆளுமை: யாரிடம் கேட்கிறோம் என்பதைப் பொறுத்தே கேள்விக்கான பதில். ஒரு கேள்விக்குப் பள்ளி மாணவன் சொல்லும் பதிலும் அத்துறை வல்லுநர் சொல்லும் பதிலாக ஒன்றாக இருக்காதல்லவா?

இரண்டையும் நான்கையும் கூட்டச் சொன்னால் இருவருமே ஆறு என்றுதான் சொல்வார்கள். ஆனால் இங்கே குறிப்பிடும் கேள்விகள் இது போன்றவை அல்ல. அவை நமது புரிதலின் நிலையைப் பொருத்து விடை சொல்லும் கேள்விகள்.

ஒரு ப்ராம்ப்ட் எழுதும் போது, இந்தக் கேள்விக்கான விடையை யார் சொல்லப்போகிறார்கள் என்று குறிப்பிடுவதுதான் ஆளுமை. இதனைப் பெர்சோனா *(Persona)* என்கிறார்கள். இந்தப் பணியை இவர் செய்தால் எப்படிச் செய்வார் என்பது போல.

குட்டிச்சாத்தானின் சிறப்பம்சங்களுள் ஒன்று நீங்கள் அதனிடம் ஓர் ஆளுமையாக மாறச் சொல்ல முடியும். ஓர் ஆசிரியர் போலப் பதில் சொல்லு. மருத்துவர் போலச் சொல்லு. பள்ளி மாணவன் போல. இப்படி அது யாராக மாறிப் பதில் சொல்ல வேண்டும் என்று குறிப்பிடலாம். கூடுவிட்டுக் கூடு பாய்வது என்று சொல்வார்களே? அது சாத்தியமா என்று எனக்குத் தெரியாது. ஆனால் இது நிச்சயம் சாத்தியம்.

நாம் மேலே பார்த்த ப்ராம்ப்ட்டில் "ஓர் அனுபவம் வாய்ந்த தமிழ் ஆசிரியராக" என்பதுதான் ஆளுமை.

பணி: இங்குதான் நாம் குட்டிச்சாத்தானிடம் என்னச் செய்யச் சொல்கிறோம் என்னும் பகுதி வருகிறது. இந்த வேலையை எனக்குச் செய்து கொடு என்று கேட்பது. பெரும்பாலும் நாம் எழுதும் ப்ராம்ப்ட்களில் இந்தப் பகுதி மட்டுமே இருக்கும். இந்தப் பகுதியை மட்டும் கொடுத்தால் நாம் என்ன எதிர்பார்க்கிறோம் என்று குட்டிச்சாத்தானால் சரியாகப் புரிந்துகொள்ள முடியாது.

“இலக்கணம் கற்பிக்கவேண்டும்” என்பதுதான் நாம் ப்ராம்ப்ட்டில் கொடுத்துள்ள பணி.

சூழல்: ஒரு குறிப்பிட்ட சூழலை இங்கே குறிப்பிடலாம். அந்தச் சூழலில் நாம் கேட்டிருக்கும் கேள்விக்கு எந்தப் பதில் சிறந்ததோ அதைக் குட்டிச்சாத்தான் வழங்கும்.

பதிலை யார் சொல்கிறார் என்பது முக்கியம். அதுபோலவே யாருக்குச் சொல்கிறார் என்பதும். ஒரே கேள்விக்கு, குழந்தைக்குச் சொல்லும் பதிலும், ஆராய்ச்சி மாணவர் ஒருவருக்குச் சொல்லும் பதிலும் வெவ்வேறாக இருக்கும்.

யாருக்காக இதைக் கேட்டிருக்கிறோம் என்பதையும் ப்ராம்ப்ட்டில் குறிப்பிடுவது சிறப்பு.

நமது ப்ராம்ப்ட்டில் “இது 6-ஆம் வகுப்பு மாணவர்களுக்கானது” என்பது தான் சூழல்.

வடிவம்: நாம் விடையை எந்த வடிவில் எதிர்பார்க்கிறோம் என்று கொடுத்துவிட்டால் குட்டிச்சாத்தான் அது போலவே கொடுத்துவிடும். வடிவம் என்பதை ஃபார்மெட் என்று புரிந்து கொள்ளுங்கள். அதாவது உங்களுக்கு விடை புல்லட் பாயிண்ட்களாக வேண்டுமா, நீண்ட பாராக்களாக வேண்டுமா, கோடிங் வடிவில் வேண்டுமா என்று குறிப்பிட வேண்டும்.

“வினா-விடை முறையில் எளிய உதாரணங்களுடன்” என்பதுதான் நாம் ப்ராம்ப்ட்டில் கேட்டிருக்கும் வடிவம். பல்வேறு வடிவங்களை நாம் குறிப்பிட முடியும்.

தொனி (டோன்): இது குட்டிச்சாத்தான் கொடுக்கும் பதிலின் மொழிநடை மற்றும் உணர்வைக் குறிக்கிறது. பல்வேறு தொனிகள் உள்ளன. இது பற்றி விளக்கமாகப் பின்னர் அறிந்துகொள்வோம்.

நாம் கேட்டிருக்கும் தொனி “அன்பான, ஊக்கமளிக்கும் தொனியில் விளக்கவும்”.

இந்த ப்ராம்ட்டை க்ளாடிடம் கொடுங்கள். ஒட்டுமொத்தத் தமிழ் இலக்கணத்தையும் இது சொல்லித்தரும் என்று எதிர்பார்க்காதீர்கள். ஒரு சிறிய அறிமுகத்தைக் கொடுக்கும். இங்கு நமது நோக்கம் இலக்கணம் கற்பதல்ல. ப்ராம்ப்ட்டின் பாகங்களைக் கற்பது. அவை எவ்வாறு வேலை செய்கின்றன என்றறிந்துகொள்வது.

நான் க்ளாடிடம் இந்த ப்ராம்ப்ட்டைக் கொடுத்தபோது வந்த பதில்:

வணக்கம் குழந்தைகளே! நான் உங்கள் தமிழ் ஆசிரியர். இன்று நாம் இலக்கணத்தைப் பற்றி சுவாரசியமாகப் பேசலாம்.

முதலில், உங்களிடம் ஒரு சின்ன கேள்வி கேட்கிறேன்: "மரம் அழகாக இருக்கிறது" - இந்த வாக்கியத்தில் எது பெயர்ச்சொல்?

[மாணவர்கள் பதில் சொல்ல வாய்ப்பளித்தல்]

சரியாகச் சொன்னீர்கள்! "மரம்" என்பது பெயர்ச்சொல். ஏன் தெரியுமா? ஏனென்றால் இது ஒரு பொருளின் பெயரைக் குறிக்கிறது.

இப்போது இன்னொரு கேள்வி: "அழகாக" என்ற சொல் எந்த வகையைச் சேர்ந்தது?

இது ஒரு உரிச்சொல். ஏனென்றால் இது மரத்தின் தன்மையை விளக்குகிறது.

நாம் இன்னும் சில எடுத்துக்காட்டுகளைப் பார்ப்போமா?

"குயில் இனிமையாகப் பாடுகிறது."

பெயர்ச்சொல்: குயில்

வினைச்சொல்: பாடுகிறது

உரிச்சொல்: இனிமையாக

"சிறுவன் வேகமாக ஓடினான்."

பெயர்ச்சொல்: சிறுவன்

வினைச்சொல்: ஓடினான்

உரிச்சொல்: வேகமாக

மிக நன்றாகக் கவனித்துக் கொண்டிருக்கிறீர்கள்! உங்களுக்கு ஏதேனும் சந்தேகங்கள் உள்ளனவா? தயங்காமல் கேளுங்கள்.

நினைவில் கொள்ளுங்கள்:

பெயர்ச்சொல் = பொருளின் பெயர் (எ.கா: மரம், குயில், சிறுவன்)

வினைச்சொல் = செயலைக் குறிக்கும் சொல் (எ.கா: பாடுகிறது, ஓடினான்)

உரிச்சொல் = பண்பை உணர்த்தும் சொல் (எ.கா: அழகாக, இனிமையாக, வேகமாக)

மிக அருமை! நீங்கள் அனைவரும் மிகச் சிறப்பாகக் கற்றுக்கொண்டீர்கள். அடுத்த வகுப்பில் இன்னும் சுவாரசியமான இலக்கணப் பாடம் பார்ப்போம்!

இந்தப் ப்ராம்ப்ட்டிலிருந்து ஒவ்வொரு பாகமாக நீக்கிப் பாருங்கள். இப்போது குட்டிச்சாத்தான் தரும் பதிலின் தரம் குறைவதை உணரலாம்.

எல்லாப் ப்ராம்ப்ட்களுக்கும் இவ்வைந்து பாகங்களுமே இருக்க வேண்டுமென்று அவசியமில்லை. நாம் குட்டிச்சாத்தானிடம் என்ன செய்யச் சொல்கிறோம் என்பதைப் பொறுத்துத்தான் இவற்றின் தேவை.

இதே போன்று நீங்களும், வெவ்வேறு ப்ராம்ப்ட்களை எழுதிப்பாருங்கள். ஐந்து பாகங்களும் கொண்ட ப்ராம்ப்ட்களாக இருப்பது சிறப்பு. ப்ராம்ப்ட்களின் உலகம் இப்பஞ்ச பூதங்களால்தான் கட்டமைக்கப்பட்டிருக்கிறது. இனி நாம் செய்யப்போகும் எல்லாமே இவற்றின் பெர்முடேஷன் காம்பினேஷன்தான். எனவே பஞ்சதந்திரம் பயிலுங்கள்.

6. மூன்று முகம்

ப்ராம்ப்ட்டின் பஞ்ச பூதங்களை சென்ற அத்தியாயத்தில் அறிமுகப்படுத்திக்கொண்டோம். ப்ராம்ப்ட்டின் நீளமும் விரிவும் நாம் குட்டிச்சாத்தானிடம் செய்யச் சொல்லும் செயலைப் பொருத்ததே. வெள்ளத்தனைய மலர் நீட்டம் என்பது போல.

செயலின் தன்மையை அடிப்படையாகக் கொண்டு ப்ராம்ப்ட்களை மூன்று விதங்களாகப் பிரிக்கலாம். இம்மூன்று வகையான ப்ராம்ப்ட்களையும் எவ்வாறு சிறப்பாக வடிவமைக்கலாம் என்று தெரிந்துகொள்ளவிருக்கிறோம்.

முதலாவதாக கம்ப்ளீஷன் ப்ராம்ப்ட் (Completion Prompt). இந்த வகைப் ப்ராம்ப்ட்டில் நாம் ஒரு சொற்றொடரின் ஆரம்ப வார்த்தைகளைக் கொடுக்கவேண்டும். நாம் கொடுத்திருப்பதை வைத்துக் குட்டிச்சாத்தான் மீதியை எழுதிக்கொடுக்கும்.

அதாவது இவ்வகைப் ப்ராம்ப்ட்டில் நாம் கேள்வியை வெளிப்படையாகக் கேட்கத் தேவையில்லை. கொடுக்கப்பட்டிருக்கும் சொற்களை வைத்துக் கு.சாத்தானே யோசித்துக்கொள்ளும்.

இதை மிக எளிய விசயங்களுக்கும் பயன்படுத்தலாம். மிகச் சிக்கலானவற்றிற்கும். இரண்டிற்குமே உதாரணங்களைப் பார்ப்போம். பள்ளிகளில் "கோடிட்ட இடங்களை நிரப்புக" என்று கேட்பார்கள் அல்லவா? அது போல நாம் ப்ராம்ப்ட் எழுதலாம்.

ப்ராம்ப்ட் :

காற்றுள்ள போதே _______.

இறுதியில் கோடுபோட வேண்டும் என்று கூட அவசியம் இல்லை. இதை க்ளாடிடம் கொடுத்த போது இவ்வாறு பதிலளித்தது.

"காற்றுள்ள போதே தூற்றிக்கொள்."

இது ஒரு பிரபலமான தமிழ்ப் பழமொழி. இதன் பொருள் சந்தர்ப்பம் கிடைக்கும்போதே அதனை பயன்படுத்திக் கொள்ள வேண்டும் என்பதாகும்.

இந்தப் பழமொழி அடிக்கடி பயன்படுத்தப்படும் சூழல்கள்:

- வாய்ப்புகள் கிடைக்கும்போது அதனைப் பயன்படுத்திக் கொள்வது

- சரியான நேரத்தில் செயல்படுவதன் முக்கியத்துவம்

- தகுந்த சமயத்தில் முடிவெடுப்பதன் அவசியம்.

"காற்றுள்ள போதே..." என்னும் இருவார்த்தைகளுக்கு எவ்வளவு விரிவாக விடையளித்துள்ளது பார்த்தீர்களா?

இவ்வுதாரணத்தில் "தூற்றிக்கொள்" என்னும் ஒரே ஒரு விடைதான் வரும். இவ்வாறில்லாமல் வெவ்வேறு விடைகள் வரக்கூடும் இடங்களிலும் இவ்வகை ப்ராம்ப்ட்டைப் பயன்படுத்தலாம்.

ஒரு கதையின் தொடக்க வரிகளை மட்டும் எழுதுங்கள். குட்டிச்சாத்தானிடம் அதைத் தொடரச் சொல்லுங்கள்.

ப்ராம்ப்ட்:

"கமலா தன் வீட்டு தோட்டத்தில் ஒரு துளசிச் செடி வளர்த்தாள். ஒவ்வொரு நாளும் காலையில் எழுந்து அதற்குத் தண்ணீர் ஊற்றி, அதனைக் கவனமாகப் பராமரித்தாள். ஒருநாள் காலையில் எழுந்து பார்த்தபோது, அந்தச் செடி முற்றிலும் வாடி இருந்தது. அதன் இலைகள் எல்லாம் கருகி இருந்தன. பக்கத்து வீட்டுப் பூனை ஒன்று அந்தச் செடியை சுற்றிச் சுற்றி வந்துகொண்டிருந்தது..."

இவ்வரிகளை ஆரம்பமாகக் கொண்டு க்ளாட் எனக்கொரு கதை சொன்னது. அந்த முழுக்கதையும் இங்கு வேண்டாம். நமது

நோக்கம் கதை சொல்வதல்ல. நாம் தொடங்கிய ஒன்றினை குட்டிச்சாத்தானிடம் கொடுத்து முடிக்க இயலும். அதற்காகப் பயன்படுவதே கம்ப்ளீஷன் ப்ராம்ப்ட்.

இங்கு "தூற்றிக்கொள்" என்பது போல ஒரே ஒரு விடை சாத்தியமில்லை. என்னவெல்லாமோ நடக்கலாம். க்ரியேட்டிவ் ரைட்டிங் என்று வந்துவிட்டால் லாஜிக் கூடத் தேவையில்லை. ஏதாவது ஒரு "...துவம்" என்று வகைப்படுத்திவிடலாம். எனவே எண்ணிலடங்காச் சாத்தியங்கள் உள்ளன.

இவ்வரிகளைத் தொடர்ந்து நீங்கள் என்ன எழுதுவீர்கள்? ஐந்து வாக்கியங்கள் எழுதுங்கள். க்ளாட் என்ன எழுதுகிறதென்று பாருங்கள்.

இரண்டாவது ப்ராம்ப்ட் வகை "இன்ஸ்ட்ரக்ஷன் ப்ராம்ப்ட்" *(instruction prompt)*. இவ்வகைப் ப்ராம்ப்ட்டில் தெளிவான ஒரு கட்டளை வழங்கப்படும். "இதைச் செய்" அல்லது "இவ்வாறு செய்" என்று தெளிவாக ஏ.ஐக்கு ஆணையிடுவது.

இங்கு "இதைச் செய்" என்பது ஒரு செயலையும், "இவ்வாறு செய்" என்பது ஒரு வடிவத்தையும் குறிப்பிடுகிறது.

ஒரு பாராக்ராஃப் உள்ளதென்று வைத்துக்கொள்ளுங்கள். அதனை புல்லட் பாயிண்ட்களாக மாற்ற விரும்புகிறீர்கள். இதனை முடிக்க நாம் கொடுப்பது இன்ஸ்ட்ரக்ஷன் ப்ராம்ப்ட்.

ப்ராம்ப்ட் : "கீழ்க்காணும் பத்தியைக் கவனமாகப் படித்து புல்லட் பாயிண்ட்களாக மாற்றவும்"

இத்துடன் சேர்த்து நீங்கள் புல்லட் பாயிண்ட்களாக மாற்ற விரும்பும் பத்தியைக் கொடுங்கள். குட்டிச்சாத்தான் அதைக் கவனமாகப் படித்து உங்களுக்குப் புல்லட்களாக மாற்றிக்கொடுக்கும்.

புல்லட் தான் என்றில்லை. வெவ்வேறு வடிவங்களுக்கு மாற்ற இயலும். அட்டவணையாகக் கூட *(table)* மாற்றலாம். நீளமான, படிப்பதற்குச் சிரமமாக இருக்கும் டெக்ஸ்ட்களை இவ்வாறு மாற்றுவதன் மூலம் எளிதாகப் புரிந்துகொள்ளலாம்.

ப்ராம்ப்ட்: "கீழ்க்காணும் பத்தியைக் கவனமாகப் படித்து அட்டவணையாக மாற்றவும்"

இன்ஸ்ட்ரக்ஷன் ப்ராம்ப்ட் வடிவம் மாற்றுவதற்கு மட்டுமல்ல. கோட் எழுதுவது, கொடுக்கப்பட்டிருக்கும் செய்தியை அனலைஸ் செய்வது என்று பலவற்றிற்கும் பயன்படுத்தலாம்.

கம்ப்யூட்டர் சயின்ஸ் படிக்கும் மாணவர்களிடம் கேட்டுப்பாருங்கள். அவர்களுக்கு இப்போது இதுதான் குலசாமி. எந்தப் ப்ராக்ரோம் எழுதவேண்டுமென்றாலும் கவலையில்லை. இந்தப் ப்ரோக்ரோம், இந்த மொழியில் (நிரல் மொழி) வேண்டுமென்று சொல்லிவிட்டால் போதும். நொடிகளில் தயார்.

முன்பெல்லாம் சீனியர் மாணவர்களின் ரெக்கார்ட் நோட்டுகளை ஜெராக்ஸ் எடுத்துக்கொண்டிருந்தனர். இப்போது அதற்கெல்லாம் அவசியமில்லாமல் போய்விட்டது.

மூன்றாவது ப்ராம்ப்ட் வகை "கொஸ்டின் ப்ராம்ப்ட்" *(Question Prompt)*. இதுதான் பரவலாக அறிமுகமாகியிருக்கும் ப்ராம்ப்ட் வகை. இதில் ப்ராம்ப்ட்டே ஒரு கேள்வி வடிவில் இருக்கும். அதற்குக் குட்டிச்சாத்தான் பதில் சொல்லும்.

இவ்வகைப் ப்ராம்ப்ட் தகவல் சேகரிப்பதற்கு உதவும். சர்ச் எஞ்சினிடம் கேட்பது போல. எந்தவொரு கேள்வியையும் கேட்கலாம். குட்டிச்சாத்தான் "தனக்குத் தெரிந்த" பதிலைச் சொல்லும்.

ஏன் "தனக்குத் தெரிந்த" ? நாம் 2025ஆம் ஆண்டின் இறுதியில் உள்ளோம். இந்நாள் வரையிலும் ஏ.ஐ தரும் விடையை அப்படியே நம்பும் சூழல் உருவாகவில்லை. மெய்ப்பொருள் காண்பது அறிவு என்பதை நினைவில் கொள்வது சிறப்பு.

இம்மூன்று வகையான ப்ராம்ப்ட்களில் எதை எங்கு பயன்படுத்துவது என்று தெரிந்துகொள்வது அவசியம். இது வசியக் கலையின் முக்கியமானதொரு அங்கம். சரியான ப்ராம்ப்ட் வகையைத் தேர்ந்தெடுத்துவிட்டாலே வேலை சுலபமாகிவிடும்.

நீச்சலடிக்கக் கற்றுக்கொள்ள ஒரே வழி நீச்சலடிப்பதுதான். கரையிலேயே நின்று வேடிக்கை பார்ப்பதில் பலனில்லை. வடிவேலு சொல்வது போல "குதிச்சுருடா…கைப்புள்ள…".

7. அந்த மனசு இருக்கே...

குட்டிச்சாத்தானால் கூடுவிட்டு கூடு பாயமுடியும் என்று பார்த்திருந்தோம். ஒரு குறிப்பிட்ட துறை சார்ந்த வல்லுநர் போலவும் குட்டிச்சாத்தானால் உருமாறமுடியும். இந்த வசதியை நாம் பல்வேறு விதங்களில் பயன்படுத்திக்கொள்ளலாம். நமக்கு உதவும் ஓர் அவதாரமாக கு.சாத்தானை இன்று மாற்றவிருக்கிறோம்.

“மாக்” *(Mock)* என்று தொடங்கும் சில வார்த்தைகள் உள்ளன. உதாரணமாக *mock-up*. ஒரு சாஃப்ட்வேர் அப்ளிகேஷனை கோட் செய்வதற்கு முன் அதன் தோற்றப்போலியை உருவாக்குவதுதான் மாக்-அப். இது ஒரிஜினல் சாஃப்ட்வேர் போலவே தோற்றமளிக்கும். ஆனால் வேலை செய்யாது. சிறுவயதில், ஜ்யோமெட்ரி வகுப்பில் “உதவிப்படம்” என்று ஒன்று வரைந்திருப்போமே? அதுவும் ஒரு வகையில் மாக்தான்.

அதேபோல இன்னுமொரு வார்த்தை “மாக்-இண்டர்வ்யூ”. கேம்பஸ் ப்ளேஸ்மெண்ட்டிற்குத் தயாராகும் மாணவர்கள் மத்தியில் இது மிகவும் பிரபலம். இண்டர்வ்யூ போலவே ஒரு செட்டப் உருவாக்குவது. அதன் பின் கேள்விகள் கேட்பது.

பொதுவாக இது, பொறியியல் கல்லூரிகளிலும் பல்கலைக் கழகங்களிலும் நடத்தப்படும். பலசமயம் முன்னாள் மாணவர்களைக் கொண்டு. சில நேரம் பேராசிரியர்கள் மூலமும். இது போக, செழிப்பான கல்லூரி என்றால் இதற்கெனத் தனியாக ஏஜென்சிகளை ஹயர் செய்திருப்பார்கள்.

ஏன் மாக் இண்டர்வ்யூ?

இதன் மூலம் இண்டர்வ்யூ குறித்த பயம் நீங்கும். பதட்டம் குறையும். மனம் அமைதியாக இருந்தாலே செய்யும் செயல் எளிதாகிவிடுமல்லவா? அதுதான் முதன்மையான நோக்கம். இது போக, என்னென்ன மாதிரி கேள்விகளை எல்லாம் கேட்பார்கள் என்று ஒரு முன்னோட்டம்.

ஹலோ... வெய்ட்... கொஸ்டின் பேப்பர் லீக் செய்யும் பிசினஸ் என்று நினைத்து விடாதீர்கள். அதுவல்ல இது. மாக் இண்டர்வ்யூ ஒரு பயிற்சி ஆட்டம் போன்றது. திரும்பத் திரும்பச் செய்து பார்ப்பதன் மூலம் செய்யும் செயலின் நேர்த்தி அதிகரிக்கும் என்பதுதான் இதன் அடிப்படை.

நீங்கள் எண்பதுகள் அல்லது அதற்கு முன் பிறந்தவர் என்றால் மட்டுமே அடுத்து நான் சொல்லியிருக்கும் உதாரணத்தை முழுமையாக ரசிக்க முடியும். முன்னர் இந்திய அணியில் ராபின் சிங் என்றொரு ப்ளேயர் இருந்தார். திடீரென அதிரடியாய் பவுண்டரிகள் அடிப்பர். கருப்பு வெள்ளை டீவியில் பார்க்கும் நமக்கு உலக அதிசயம் ஒன்றைக் கண்டது போல இருக்கும்.

ஆனால் இப்போதெல்லாம் சிக்ஸர் மழை பொழிந்து கொண்டிருக்கின்றனர். அதிலும் ஐபிஎல் வந்த பிறகு சிக்ஸர் எல்லாம் ஒன்றுமே இல்லை என்றாகிவிட்டாது. அசால்ட்டாக நின்ற இடத்திலேயே பல பேட்ஸ்மேன்களும் சிக்ஸர் தூக்குவதைப் பார்க்கிறோம். எவ்வாறு நிகழ்கிறது இது?

திரும்பத் திரும்பச் செய்தல். அவ்வாறு செய்தலின் மூலம் பயம் களைதல். அதே போலத்தான் மாக் இண்டர்வ்யூவும். குட்டிச்சாத்தானைக் கொண்டு மாக் இண்டர்வ்யூ நடத்துவது எவ்வாறு? இதற்காக நீங்கள் சாட்ஜிபிடி, க்ளாட் போன்றவற்றைப் பயன்படுத்தலாம். இதோ அதற்கான ப்ராம்ப்ட்:

"வணக்கம்! நாம் ஒரு மாதிரி நேர்முகத்தேர்வை நடத்துவோம். நீங்கள் பொதுவான நேர்முகத்தேர்வு கேள்விகளைக் கேளுங்கள், நான் பதிலளிக்கிறேன். ஒவ்வொரு பதிலுக்கும் பிறகு, என்னை மேம்படுத்திக்கொள்ள ஆலோசனைகளை வழங்குங்கள்.

இந்தப் ப்ராம்ப்ட்டை நான் க்ளாடிடம் கொடுத்தேன். உடனே தனது மாக் இண்டர்வ்யூ செஷனைத் தொடங்கியது க்ளாட்.

இண்டர்வ்யூக்களுக்கெனவே சில கேள்விகள் இருக்கின்றன. பாகவதர் காலத்தில் இருந்தே கேட்டுக்கொண்டிருக்கிறார்கள்.

உதாரணத்திற்கு, *“Where do you see yourself in five years?”*.

இவ்வாறு கேட்டால், “அடுத்த விநாடி வாழ்க்கை ஒளித்து வைத்திருக்கும் ஆச்சர்யங்கள் ஏராளம்” என்று தத்துவ விசாரமெல்லாம் கூடாது. இதற்கெனவே சில இம்ப்ரஸிவ்வான பதில்கள் உள்ளன. முன்பு காலேஜ் சீனியர்கள் அதையெல்லாம் சொல்லிக்கொடுத்து வந்தனர். இப்போது நீங்கள் க்ளாட் செஷனிலியே கற்றுக்கொள்ள முடிகிறது.

க்ளாட் வெறுமனே கேள்விகள் மட்டுமே கேட்பதில்லை. நாம் சொல்லும் ஒவ்வொரு பதிலுக்கும் க்ரிஸ்பான ரிவ்யூ கொடுக்கிறது. நீங்கள் சொன்ன பதில் ஓகேயா இல்லையா என்று சொல்லிவிடுகிறது. எவ்வாறு இன்னும் சிறப்பாகச் சொல்லியிருக்கலாமெனச் சொல்கிறது. இறுதியாக, அதுவே ஒரு சாம்பிள் பதிலைத் தயாரித்துக்கொடுக்கிறது.

க்ளாடுடன் நான் நடத்திய உரையாடல் இவ்வாறு துவங்கியது. அது(வர்) கேட்ட முதற்கேள்வி:

கேள்வி: உங்களைப் பற்றிச் சொல்லுங்கள். உங்கள் கல்வி மற்றும் பணி அனுபவத்தைப் பற்றிக் குறிப்பிடவும்.

(இந்தக் கேள்வி பொதுவாக எல்லா நேர்முகத்தேர்விலும் முதலில் கேட்கப்படும். உங்கள் பதிலைக் கேட்டு, நான் பின்னூட்டம் மற்றும் மேம்பாட்டுக்கான ஆலோசனைகளை வழங்குவேன்.)

இதற்கு நான் சொன்ன பதில்:

My name is Ram. I am from Pondicherry. I have completed Post-graduation in computer science.

க்ளாட் நான் சொன்ன பதிலை ரிவ்யூ செய்தது. “தம்பி இது தேறாது” என்பதை வலிக்காமல் இவ்வாறு சொன்னது.

“தமிழில் பதிலளித்தால் நல்லது, ஆனால் பரவாயில்லை. உங்கள் பதிலுக்கான பின்னூட்டம்:

மேம்படுத்த வேண்டிய பகுதிகள்:

உங்கள் அறிமுகம் மிகவும் சுருக்கமாக உள்ளது. இன்னும் விரிவாக்கலாம்.

உங்கள் முக்கியத் திறன்கள் பற்றிக் குறிப்பிடவில்லை.

எந்தப் பல்கலைக்கழகத்தில் படித்தீர்கள் என்பதைக் குறிப்பிடலாம்.

உங்கள் இலக்குகள் பற்றிச் சொல்லவில்லை.

ஒரு சிறந்த பதில் இப்படி இருக்கலாம்: "வணக்கம்! என் பெயர் ராம். நான் புதுச்சேரியில் இருந்து வருகிறேன். நான் [பல்கலைக்கழகத்தின் பெயர்]ல் கணினி அறிவியலில் முதுகலை பட்டம் பெற்றுள்ளேன். என் படிப்பின் போது Java, Python போன்ற நிரலாக்க மொழிகளில் நிபுணத்துவம் பெற்றேன். மேலும் தரவு அறிவியல் மற்றும் செயற்கை நுண்ணறிவில் ஆர்வமுள்ளவன். எதிர்காலத்தில் AI மற்றும் ML துறையில் சிறந்த நிபுணராக வேண்டும் என்பதே என் இலக்கு."

அடுத்த கேள்வி: உங்களுக்கு எந்த programming languages தெரியும்? அவற்றில் உங்கள் நிபுணத்துவ நிலை என்ன?

இவ்வாறு உரையாடல் தொடர்ந்தது.

உங்களுக்குப் புரிந்திருக்கும். க்ளாட் ஒரு கேள்வி கேட்கும். நாம் பதிலளிக்க வேண்டும். அதை க்ளாட் சரிபார்க்கும். நாம் சொன்ன பதில் ரொம்பச் சுமார் ரகம் என்றால், அதுவே ஒரு நல்லபிள்ளை சொல்ல வேண்டிய பதிலைத் தரும். இந்த மொத்த உரையாடலும் ஆங்கிலத்தில் வேண்டுமென்றாலும் மாற்றிக்கொள்ளலாம்.

இந்தப் பதில்களை மனப்பாடம் செய்து நிஜ இண்டர்வ்யூவில் பேச்சுப்போட்டி போல ஒப்பித்தால் நிச்சயம் வேலை கிடைக்காது. இது ஒரு வழிகாட்டி. இவ்வாறு செய்தால் நன்றாக இருக்கும் என அறிவுறுத்துவது. இது போன்ற மாக் இண்டர்வ்யூ செஷன்களை அடிக்கடி ட்ரை செய்து பார்க்கலாம். இண்டர்வ்யூ பயம் தீரும். நீங்களும் எளிதாகச் சிக்ஸர் அடிக்கலாம்.

ஏ.ஐ வந்தபின் வேலை போய்விடும் என்றார்கள். ஆனால் ஏ.ஐ எவ்வளவு சமர்த்துப் பிள்ளையென்று பாருங்கள். உங்களுக்கு வேலை கிடைக்க இண்டர்வ்யூ நடத்திக் கொடுக்கிறது.

அந்த மனசு இருக்கே... அதுதான் சார் கடவுள்.

8. நல்லநேரம்

"தொடர்ந்து ஜிம்முக்குப் போவது."

"தினமும் பத்துப் பக்கங்களாவது வாசிப்பது."

"கார்போஹைட்ரேட் உணவுகளைத் தவிர்ப்பது."

"ஆன்லைனில் கண்டதையெல்லாம் வாங்காமல் இருப்பது."

மேற்சொன்னவை டாப் டென் பட்டியலில் இருக்கும் நியூ இயர் ரெஷல்யூஷன்களில் சில. ஆனால் இவை ஏட்டளவில் மட்டுமே இருந்துவிடுகின்றன. எனவே நகைப்புக்குரியவையாக மாறியுள்ளன.

சொல்லப்பட்டிருக்கும் ரெஷல்யூஷன்கள் மெச்சத்தக்கவைதான். ஆனால் ஏன் பலராலும் தொடர்ந்து கடைப்பிடிக்க முடிவதில்லை

ஒவ்வொருவருக்கும் சில தனிப்பட்ட காரணங்கள் இருக்கலாம். பொதுவான காரணமொன்று உண்டு.

என்னவென்று கண்டுபிடித்துவிட்டீர்களா?

"கவனச்சிதறல்" என்று சரியாகச் சொன்னவர்கள் தங்களுக்குத் தாங்களே ஒரு ஹார்ட்டின் போட்டுக்கொள்ளுங்கள்.

கவனச்சிதறல் இன்று நாம் எதிர்கொள்ளும் முக்கியப் பிரச்னை. அதிலும் குறிப்பாகப் பள்ளி, கல்லூரி மாணவர்கள் முன்பைவிட அதிக நேரத்தை வீணாக்குகின்றனர்.

நேரம் எப்படிக் கரைகிறதென்றே தெரியாமல் இருப்பதுதான் சிக்கல்.

இப்பிரச்னையைத் தீர்ப்பதிலும் குட்டிச்சாத்தானைத் துணைக்கு அழைக்கலாம்.

“ஹவ்...?”

நமது நேரம் எவ்வாறு செலவாகிறது என்பதை அலசி ஆராய்வது “டைம் ஆடிட்”. நேரத் தணிக்கை.

இதற்கான பவர் ப்ராம்ப்ட்டைத்தான் இன்று நான் உங்களுடன் பகிர்ந்து கொள்ளப் போகிறேன்.

க்ளாடை ஓப்பன் செய்யுங்கள். முதலில் இந்தப் ப்ராம்ப்ட்டை என்டர் செய்துவிடுங்கள்:

“நாம் நேரத் தணிக்கை செய்வோம். நான் என் அன்றாடச் செயல்களைப் பட்டியலிடுகிறேன். நீங்கள் அவற்றைப் பயனுள்ளவை மற்றும் பயனற்றவை என வகைப்படுத்த உதவுங்கள். பின்னர், என் தினசரி நேர விரயத்தைக் குறைக்கவும், என் செயல்திறனை மேம்படுத்தவும் ஆலோசனைகள் வழங்குங்கள்.”

ஆங்கிலத்தில் வேண்டுமென்போருக்காக:

“Let's perform a time audit. I'll list my activities for the day, and you help categorize them as productive or unproductive. Then, provide suggestions for improving my daily productivity.”

மேலே சொன்ன ப்ராம்ப்ட்டை என்டர் செய்தவுடனே, க்ளாடனார் “இன்னிக்கு என்னல்லாம் செஞ்சீங்கன்னு சொல்லுங்க பாஸ்" என அன்பாய்க் கேட்பார்.

அன்றைக்கு நாம் என்னென்ன செய்தோம் என்று அவரிடம் சொல்ல வேண்டும்.

க்ளாடனாருடன் நான் நடத்திய உரையாடலின் ஒரு பகுதியை இங்கே கொடுத்துள்ளேன்.

க்ளாடனார்: சரி, உங்கள் அன்றாடச் செயல்களைப் பட்டியலிடுங்கள். நான் அவற்றைப் பயனுள்ளவை மற்றும் பயனற்றவை என பகுப்பாய்வு செய்து, உங்கள் நேரத்தை சிறப்பாக

பயன்படுத்த உதவுகிறேன். தயவுசெய்து உங்கள் ஒரு நாளின் செயல்களை விவரிக்கவும்.

நான்: காலை 7:00 மணிக்கு எழுவது.

க்ளாடனார்: சரி, நாள் தொடக்கத்தில் எழும் நேரத்தைப் பார்க்கலாம். மேலும் அந்த நேரத்தில் என்னென்ன செய்வீர்கள் என்பதையும் பகிர்ந்து கொள்ளுங்கள். காலை 7 மணிக்கு எழுவது நல்லதுதான், ஆனால் காலை நேரத்தை எவ்வாறு செலவிடுகிறீர்கள் என்பதுதான் முக்கியம்.

உங்கள் காலை வேளை செயல்பாடுகளையும் பகிர்ந்து கொள்ளுங்கள். அதன்பிறகு நான் அதைப் பற்றிய என் கருத்துகளைச் சொல்கிறேன்.

நான்: 7.45 வரை சோசியல் மீடியாவில் இருப்பது.

க்ளாடனார்: காலையில் எழுந்தவுடன் உடனே சோஷியல் மீடியாவில் நேரத்தை செலவிடுவது மிகவும் பயனற்ற செயல் ஆகும். ஏனெனில்:

1. காலை நேரம் உங்கள் மூளை மிகவும் சுறுசுறுப்பாக இருக்கும் நேரம். அதை ஆக்கப்பூர்வமான செயல்களுக்குப் பயன்படுத்தலாம்.

2. சோஷியல் மீடியாவில் உலவுவது உங்கள் மனதை கலைத்து, நாள் முழுவதும் கவனம் சிதறும் நிலையை உருவாக்கக்கூடும்.

பரிந்துரைகள்:

- காலை 7:00-7:45 வரை உள்ள நேரத்தில் உடற்பயிற்சி செய்யலாம்
- தியானம் அல்லது யோகா செய்யலாம்
- அன்றைய நாளுக்கான திட்டமிடல் செய்யலாம்
- சிறிது நேரம் புத்தகம் படிக்கலாம்

உங்கள் நாளின் அடுத்த செயல்பாடுகளை பகிர்ந்து கொள்ளுங்கள்.

நான்: 9:00 மணிக்கு அலுவலகத்திற்குக் கிளம்புவது. 10:30 மணிக்கு ஒரு கப் டீ சாப்பிடுவது. அத்துடன் இரண்டு வடைகள். மதியம் 1:00 மணிக்கு லஞ்ச்.

க்ளாடனார்: உங்கள் காலை நேரச் செயல்பாடுகளை பகுப்பாய்வு செய்வோம்:

பயனுள்ள செயல்கள்:

- 9:00 மணிக்கு அலுவலகம் செல்வது - நேரத்திற்குச் செல்வது நல்லது

கவனிக்க வேண்டிய விஷயங்கள்:

- 7:45 முதல் 9:00 வரை என்ன செய்கிறீர்கள்? இந்த நேரத்தைக் குளித்தல், காலை உணவு போன்றவற்றிற்குப் பயன்படுத்துகிறீர்களா?

- காலை 10:30க்கு தேநீருடன் வடை சாப்பிடுவது ஆரோக்கியமான தேர்வு அல்ல

- மதிய உணவு நேரம் சரியாக உள்ளது

பரிந்துரைகள்:

1. காலை உணவாகச் சத்தான உணவுகளை எடுத்துக்கொள்ளுங்கள்

2. காலை தேநீர் இடைவேளையில் வடைக்குப் பதிலாக நட்ஸ் அல்லது பழங்கள் சாப்பிடலாம்

3. 7:45-9:00 நேரத்தைத் திட்டமிட்டு பயன்படுத்துங்கள்

மதிய உணவுக்குப் பிறகு என்ன செய்வீர்கள் என்பதைப் பகிர்ந்து கொள்ளுங்கள்.

இவ்வாறு போய்க்கொண்டே இருக்கும்.

நீங்கள் சொல்லி முடித்தவுடன் அந்நாளுக்கான ப்ரொடிக்டிவிட்டி ரிப்போர்டை க்ளாடனார் உங்களுக்கு வழங்குவார்.

“ப்ரொடெக்டிவிட்டி ரிப்போர்ட்டோ...? அப்டின்னா...?”

நீங்கள் ஒவ்வொன்றாகச் சொல்லச் சொல்ல, க்ளாடனார் அச்செயல்பாடு குறித்த தனது கருத்தைத் தெரிவிப்பார். அத்துடன் நிற்பதில்லை. இந்நாளை மேலும் பயனுள்ளதாக எவ்வாறெல்லாம் பயன்படுத்தியிருக்கலாமெனச் சில யோசனைகளும் சொல்வார்.

தொடர்ந்து சில வாரங்கள் இதைப் பயன்படுத்தி வந்தால், நிச்சயம் நமது நேர மேலாண்மை மேம்படும். இது கிட்டத்தட்ட ஒரு

டைம் மேனேஜ்மெண்ட் கன்சல்டண்ட் செய்யும் வேலையைச் செய்கிறது. இலவசமாகவே.

குட்டிச்சாத்தானை விடுங்கள். தினமும் இரவு அந்நாள் முழுவதும் என்னவெல்லாம் செய்தோம் என்று எண்ணிப்பார்த்தால் நமக்கே நேரம் எங்கே லீக் ஆகிறது என்று விளங்கிவிடும்.

செலவுகள் எழுதிப்பார்க்கும் போது நிச்சயம் குறையும். இது பணத்திற்கு மட்டுமல்ல நேரத்திற்கும் பொருந்தும்.

உங்களது டைம் ஆடிட்டை இப்போதே குட்டிச்சாத்தானிடம் கேட்டுப் பெற்றுக்கொள்ளுங்கள்.

டைம் ஆடிட் என்பதையும் நியூ இயர் ரெஷல்யூஷன் லிஸ்ட்டில் சேர்த்துவிடாதீர்கள். கொஞ்சம் க்ரிஞ்ச்தான். இருந்தாலும் சொல்கிறேன். காலம் பொன் போன்றது.

நல்லநேரம் என்பது பார்ப்பதல்ல. செய்வது.

9. குட்டிச்சாத்தான் குரளி(லி) வித்தை

குட்டிச்சாத்தானுக்குக் குரல் உள்ளது. ஆம். சில குட்டிச் சாத்தான்களால் பேசவும் இயலும். சராசரி மனிதர்களைப் போலவே அதனுடன் உரையாடலாம். இது "வாய்ஸ் மோட்" என அழைக்கப்படுகிறது.

முதலில் பேச்சு வந்த குட்டிச்சாத்தான் சாட்ஜிபிடி. ஆரம்பத்தில் "இது ஒரு மாதிரி செயற்கையா இருக்கே..." என்றார்கள். இவற்றால் மனிதர்களைப் போலப் பேசவே இயலாது என்றார்கள்.

தொழில்நுட்பம் சார்ந்த துறைகளில் இது போன்ற விமர்சனங்கள் ஒன்றும் புதிதல்ல. நம் உலகையே புரட்டிப்போட்ட தொழில் நுட்பங்களுக்கே கூட இந்நிலை வந்துள்ளது.

ஒரு சின்ன ஃப்ளாஸ்பேக்.

பறவைகளைப் போலப் பறக்கவேண்டும் என்பது மனிதர்களின் கனவு. பல்லாயிரம் ஆண்டுகளாக இயலவில்லை. தொடர்ந்து முயன்றார்கள். கோமாளித்தனமான முயற்சிகளெல்லாம் செய்திருக்கிறார்கள்.

இறுதியில், முயற்சி திருவினையானது. ரைட் சகோதரர்களால். 1903ஆம் ஆண்டு அவர்கள் பறந்து காட்டினர். விவரமறிந்தவர்கள் மெச்சினர்.

ஆனால் உடனே அனைவருமே ஏற்றுக்கொண்டுவிடவில்லை. இதெல்லாம் தேறாது. ஆபத்து என்று விமர்சித்தவர்கள்தான் அதிகம். நல்லவேளை அப்போதெல்லாம் சோ.மீடியா இல்லை. இருந்திருந்தால் ரைட் சகோதரர்களின் நிலைமை என்னவாகியிருக்கும். யோசித்துப்பாருங்கள்.

பறக்கும் கலையைக் கற்றது மனிதகுலம். அது மட்டுமல்ல. எழுபது வருடங்களுக்குள் மனிதன் நிலவில் கால் வைத்தான். நிலவைப் போலவே பூமியைச் சுற்றிவரும் வல்லமையைப் பெற்றான். பல்லாயிரம் ஆண்டுகளாக எது இயலாது என்றிருந்ததோ அது சர்வசாதாரணம் என்றானது. அறிவியல் அப்படித்தான்.

ஃப்ளாஸ்பேக் ஓவர். மீண்டும் குட்டிச்சாத்தானுக்கு வாருங்கள்.

மனிதர்கள் போலப் பேசும் வேறொன்றில்லை. கிளி? என்றெல்லாம் கேட்டுக் கலவரப்படுத்தக்கூடாது.

இப்போது நம்மைப் போலவே பேசும் இன்னொன்று வந்துள்ளது. அது உயிரினம் கூட அல்ல. ஏன் இவ்வளவு விரிவாகச் சொல்கிறேன் என்றால் ஏரோப்ளேன்களின் கதையில் நிகழ்ந்தது ஏ.ஐக்கும் நிகழும். அதற்கான வாய்ப்புகள் அதிகம்.

சரி. குட்டிச்சாத்தானுடன் என்ன பேசலாம்? ஒரு சுவாரசியமான கேஸ் ஸ்டடி ஒன்றை அறிமுகப்படுத்துகிறேன். இது நமக்கெல்லாம் அடிக்கடி தேவைப்படுவதும் கூட.

அன்றாடம் நாம் பல்வேறு சிக்கல்களைத் தீர்க்கவேண்டியுள்ளது. “எனக்கெல்லாம் அப்டி எதுவும் இல்லயே...?” என்றால் நீங்கள் நிச்சயம் ஆசிர்வதிக்கப்பட்ட நபர்தான்.

அவ்வாறு சிக்கல்களைத் தீர்க்க முயலும்போது, நம்பத்தகுந்த நபர் ஒருவரிடம் கலந்தாலோசித்து முடிவெடுத்தால் நன்றாக இருக்குமே என்று தோன்றுமல்லவா? நம்பிக்கையானவராகவும் இருக்கவேண்டும். விஷயஞானமும் பெற்றிருக்கவேண்டும். ஆனால் அவ்வாறான நபரொருவர் எல்லோருக்கும் எளிதில் அமைவதில்லை.

இதுபோன்ற சூழல்களில் குட்டிச்சாத்தானை உதவிக்கு அழைக்கலாம். சிக்கலைத் தீர்க்க என்ன முடிவெடுக்கலாம் எனக் குட்டிச்சாத்தானிடம் பேசிப்பார்க்கலாம்.

உங்களது ஃபோனில் சாட்ஜிபிடி செயலியை இன்ஸ்டால் செய்துகொள்ளுங்கள். எளிதில் அதனுடன் பேசலாம்.

ஒரே ஒரு ப்ராம்ப்ட். சாட்ஜிபிடி உங்களுடன் உரையாடத் தொடங்கும். ஒரு நம்பிக்கையான நண்பனிடம் பேசி முடிவெடுப்பது போல, சாட்ஜிபிடியிடம் பேசலாம்.

இதுவரை செய்து வந்துள்ளது போல, டெக்ஸ்ட் மோடிலியே குட்டிச்சாத்தானிடம் உதவி கேட்கலாம். அதற்கான ப்ராம்ப்ட் இங்குள்ளது. வாய்ஸ் மோடில் இதை அப்படியே பேச்சுப்போட்டி போல ஒப்பிக்கக்கூடாது. இதே பொருள் வரும்படி உங்கள் ஸ்டைலில் சொல்லுங்கள்.

ப்ராம்ப்ட்:

"வணக்கம்.. ஒரு சிக்கலான பிரச்சனையைத் தீர்க்க எனக்கு உதவுங்கள். நான் பிரச்சனையை விவரிப்பேன், நீங்கள் ஆராயும் கேள்விகளுடனும் சாத்தியமான தீர்வுகளுடனும் பதிலளிக்கவும். நான் இடையில் நிறுத்தினால், 'தொடரவும்' என்று மட்டும் சொல்லுங்கள். தயாரா? பிரச்சனை என்னவென்றால்: *[பிரச்சனையை விவரிக்கவும்]*

ஆங்கிலப் ப்ராம்ப்ட்: "Hi.. help me solve a complex problem. I'll describe the issue, and you respond with probing questions and potential solutions. If I pause, just say 'Keep analyzing.' Ready? The problem is: [describe problem]."

இந்த ப்ராம்ப்ட்டில் *[பிரச்சனையை விவரிக்கவும்] / [Describe problem]* என்றிருக்கிறதல்லவா? அங்கே உங்கள் பிரச்னையை இரண்டு அல்லது மூன்று வரிகளில் தெளிவாகச் சொல்லுங்கள்.

அதன்பின் சாட்ஜிபிடி உங்களிடம் கேள்வி கேட்கத் தொடங்கும். நீங்களும் அதனிடம் கேள்விகளைக் கேட்கலாம். சிக்கலைத் தீர்க்கமுனையும் போது என்னவெல்லாம் தடைகள் வரலாம் என்பதை சாட்ஜிபிடியிடம் விளக்கலாம்.

இங்கேதான் அதன் புத்திக்கூர்மை வெளிப்படுகிறது. நாம் சொல்லும் ஒவ்வொரு தடைக்கும் அது தனக்கே உரிய பாணியில் பதிலளிக்கிறது.

அவ்வாறு அது சொல்லும் பதிலில் உங்களுக்குத் திருப்தி இல்லையென்றால் நீங்கள் அதை மறுக்கலாம். அதன் மீது தர்க்கம் செய்யலாம்.

"இது செட்டாகாது பாஸ்..." என்று வேறுவழியைத் தேர்ந்தெடுக்கலாம்.

இவையனைத்துமே நீங்கள் வாய்ஸ் மோடிலேயே செய்யலாம். அவ்வாறு செய்யும்போது, நண்பர்கள் பேசிக்கொள்வது போன்ற தொனியில் சரளமாக உரையாடலாம்.

டைப் செய்யத் தொடங்கினால் நிச்சயம் அதில் நமது உணர்வுகளைச் சரியாக வெளிப்படுத்துவது அனைவருக்கும் வராது.

"எனக்கு கான்வெர்சேஷன் டெக்ஸ்ட் வேணுமே...?" என்றால் அதையும் சாட்ஜிபிடி கொடுத்துவிடுகிறது.

இந்த ப்ராம்ப்ட் மூலம் சாட்ஜிபிடியிடம் நானென்ன கேட்டேன்?

"கல்லூரி நண்பர்களுடன் சுற்றுலா செல்லக் கூடாது என மறுக்கும் பெற்றோரைச் சம்மதிக்கவைப்பது எப்படி?"

விதவிதமான யோசனைகளை அள்ளித் தெளித்தது சாட்ஜிபிடி. அதில் ஹைலைட்டான விஷயம், உரையாடலின் கடைசிக் கேள்விக்கு சாட்ஜிபிடி சொன்ன பதில்தான்.

இதோ:

எனது கேள்வி: ஆமாம், அது நல்ல யோசனை போல் தோன்றுகிறது, ஆனால் என் பெற்றோரைச் சம்மதிக்க வைக்கச் சில கவர்ச்சிகரமான பிக் அப் வரிகளைச் சொல்ல முடியுமா?

பதில்: பிக் அப் வரிகளைப் பயன்படுத்துவதைவிட நேர்மையாகவும் மரியாதையுடனும் இருப்பது முக்கியம். உங்கள் திட்டங்களைத் தெளிவாக விளக்குங்கள். அவர்களின் கவலைகளை நேரடியாக எதிர்கொள்ளுங்கள். உண்மையான அணுகுமுறைக்கு அவர்கள் எப்படிப் பதிலளிப்பார்கள் என்று நீங்கள் நினைக்கிறீர்கள்?

அடேய்... உசிதமணி மோமெண்ட். இருந்தாலும் இந்தப் பதில் எனக்கு மிகவும் பிடித்திருந்தது. சகபூமர் ஒருவரைச் சந்தித்த மகிழ்ச்சி.

GPT-4o பயன்படுத்தும் போது, சாட்ஜிபிடி வழங்கும் யோசனைகள் மிகச்சிறப்பானதாக இருக்கின்றன.

"அதென்ன GPT-4.o?"

இது சாட்ஜிபிடியின் ஒரு வெர்ஷன். நீங்கள் தர்ம தரிசனம் (ஃப்ரீ யூஸர்) பார்ப்பவர் என்றாலும் GPT-4o வைப் பயன்படுத்தலாம். ஆனால் பாலாஜி தரிசனம் போலத்தான். சட்டென்று, "ஜருகண்டி... ஜருகண்டி..." சொல்லி அனுப்பிவிடுவார்கள்.

அதாவது கொஞ்சம்தான் 4.o. அதன்பின் 3.5க்கு மாறிவிடும். அதிலும் இந்தப் ப்ராம்ப்ட்டைப் பயன்படுத்தலாம். என்ன ஒன்று, அறிவுச் சுடர் கொஞ்சம் மங்கலாக எரியும். அவ்வளவுதான்.

கட்டாயம் முயன்று பாருங்கள். இலவசமாய் இன்னும் ஒரு மூளை கிடைத்தால் வேண்டாமென்றா சொல்வீர்கள்?

குட்டிச்சாத்தானை வசியப்படுத்த குரளி(லி) வித்தை பழகுங்கள்.

10. பூசலார் கதை

கம்ப்யூட்டர்களின் மெமரி அதிகரித்துவிட்டது. ஸ்மார்ட்ஃபோனில் கூட 256 ஜீபி சாதாரணமாகிவிட்டது. ஆனால் நமக்குத்தான் எல்லாமே மறந்துபோகிறது. சென்ற தலைமுறை நினைவில் வைத்துக்கொண்ட அளவில் பாதிகூட இப்போது நம்மால் இயல்வதில்லை.

“எத்தனை ஃபோன் நம்பர் உங்களுக்கு ஞாபகத்துல இருக்கு…?” என்று கேட்டுப்பாருங்களேன். அநேகமாக ஒற்றை இலக்க எண்தான் விடையாக வரும்.

என்னதான் கருவிகளில் பதிந்து வைத்துக்கொள்ளலாம் என்றாலும் நம் நினைவில் இருப்பதுபோல் வருமா?

“ரைட்டுதான்… ஆனா மறந்துருதே…”

குட்டிச் சாத்தானை இதற்கும் துணைக்கழைக்கலாம். நிறையச் சங்கதிகளை நினைவில் வைத்துக்கொள்ள உதவும் ஓர் உபாயம்தான் “மெமரி பேலஸ்”. நினைவு மாளிகை.

“நல்லாத்தான் படிக்கிறா… ஆனா மறந்துருதுங்கிறாளே…”. உங்கள் வீட்டுப் பிள்ளைகளுக்கு இந்தப் பிரச்னை இருந்தால் அவர்களுக்கும் இதை அறிமுகப்படுத்தலாம்.

முதலில் மெமரி பேலஸ் என்றால் என்னவென்று தெரிந்துகொள்வோம். விஷுவல் மெமரி எப்போதுமே மேம்பட்டது.

அதாவது பார்த்த ஒன்றை மறப்பது கடினம். நேரில் பார்க்காமல் மனக்கண்ணில் பார்ப்பதுதான் இந்த டெக்னிக்.

உங்களுக்கு மிகவும் பரிட்சையமான வீடு அல்லது நீங்கள் அன்றாடம் நடந்துபோகும் பாதை ஒன்றைத் தேர்ந்தெடுங்கள். வீடு என்றால் அதில் உள்ள அறைகள், அறையில் உள்ள பொருள்கள் இதையெல்லாம் பயன்படுத்தலாம்.

நீங்கள் நினைவில் வைத்திருக்க வேண்டிய லிஸ்ட்டில் பத்துப் பொருள்கள் இருந்தால் அவை ஒவ்வொன்றையும் அறையில் உள்ள பொருள்களோடு இணைத்து விஷுவலைஸ் செய்யுங்கள். வண்ண வண்ணமாய். துல்லியமாய். அதைச் சில விநாடிகள் அப்படியே மனக்கண்ணில் நிறுத்துங்கள். இவ்வாறு நீங்கள் பயன்படுத்தும் பொருள்களை "லோக்காய்" *(loci)* என்கிறார்கள். இலத்தீன் மொழியில் லோக்காய் என்றால் இடம் என்று அர்த்தமாம்.

பாதையென்றால் வழியில் இருக்கும் முக்கியமான இடங்களை நீங்கள் லோக்காயாகப் பயன்படுத்தலாம். அடிக்கடி இந்தப் பாதையில் நடப்பதால் உங்களுக்குப் பாதை நிச்சயம் மறக்காது.

அத்தோடு நீங்கள் அட்டாச் செய்து வைத்திருக்கும் லிஸ்ட்டோடு அவ்வப்போது "விர்ச்சுவல் வாக்" *(Virtual walk)* செய்யுங்கள். நீங்கள் நினைவில்கொள்ள முயலும் லிஸ்ட்டும் நிச்சயம் மறக்காது.

இந்த மெமரி பேலஸைக் கட்டி எழுப்புவதற்கான ப்ராம்ப்ட்டைத் தெரிந்துகொள்வோம்.

ப்ராம்ப்ட் : "Hi... help me create a memory palace to remember [insert here what you want to remember]. Describe each room and the items that represent key points. If I pause, just say visualize the details. Let's begin with [first idea]."

தமிழில்:

"வணக்கம்... *[இந்தியத் திருவிழாக்கள்]*. இதை நினைவில் கொள்ள ஒரு நினைவு மாளிகையை உருவாக்க உதவுங்கள். ஒவ்வொரு அறையையும், முக்கியக் கருத்துகளைப் பிரதிநிதித்துவப்படுத்தும் பொருட்களையும் விவரிக்கவும். நான் இடைநிறுத்தினால், விவரங்களைக் கற்பனை செய்து பாருங்கள் என்று மட்டும் சொல்லுங்கள். *[பொங்கல்]* என்பதிலிருந்து தொடங்குவோம்."

இதில் முதல் அடைப்புக்குறியில் எதை மனப்பாடம் செய்ய விரும்புகிறீர்கள் என்று தெளிவாகச் சொல்லிவிடுங்கள். இரண்டாவது அடைப்புக் குறிக்குள் நீங்கள் நினைவில் வைத்திருக்கவேண்டிய லிஸ்ட்டில் முதல் ஐயிட்டம்.

நான் "இந்தியத் திருவிழாக்கள்" குறித்து ஒரு மெமரி பேலஸ் கட்டச் சொல்லி குட்டிச்சாத்தானைப் பணித்தேன். வழக்கம் போலக் கடகடவென கு.சாத்தான் மாளிகை கட்டத் துவங்கியது. இடையிடையே அதனுடன் பேசி உங்களின் விருப்பத்திற்கேற்ப மாளிகையை கஸ்டமைஸ் செய்து கொள்ளலாம்.

கு.சாத்தானும் நானும் பேசிக்கொண்டதன் ஒரு பகுதி இங்கே:

கு.சாத்தான்: "அன்புடன் வரவேற்கிறேன். இந்தியத் திருவிழாக்களுக்கான நினைவு மாளிகையை உருவாக்குவோம்.

முதல் அறை - பொங்கல் அறை:

இந்த அறையில் நுழையும்போது, நடுவில் ஒரு பெரிய மண் பானையில் பொங்கல் பொங்கி வழிகிறது. வெள்ளை நிறப் பொங்கல் மேலே உயர்ந்து, சூரியனின் வெப்பத்தை நினைவூட்டுகிறது. அறையின் ஒரு மூலையில் கரும்பு மற்றும் மஞ்சள் துண்டுகள் சாய்ந்திருக்கின்றன. மற்றொரு பக்கம் பசுக்கள் அலங்கரிக்கப்பட்ட நிலையில் தென்படுகின்றன. தரையில் கோலம் போடப்பட்டுள்ளது.

"அடுத்த திருவிழாவுக்குச் செல்லலாமா?"

நான்: தீபாவளி

கு.சாத்தான்: தீபாவளி அறையை பார்ப்போம்:

இரண்டாவது அறை வெளிச்சத்தால் ஜொலிக்கிறது. அறையின் சுற்றுச்சுவர் முழுவதும் பிரகாசமான அகல்விளக்குகள் வரிசையாக ஒளிர்கின்றன. ஒரு மூலையில் பட்டாசுகளின் தொகுப்பு - வெடி, சக்கரம், பூவாணம் எல்லாம் அடுக்கி வைக்கப்பட்டுள்ளன.

மையத்தில் ஒரு பெரிய கண்ணாடி அலமாரி - அதில் புத்தம் புதிய ஆடைகள் வண்ண வண்ணமாகத் தொங்குகின்றன. அருகில் முறுக்கு, அதிரசம், லட்டு போன்ற பலகாரங்கள் நிறைந்த தட்டுகள் வைக்கப்பட்டுள்ளன.

மேலும் ஒரு திருவிழாவைப் பார்க்கலாமா?

நான்: ரம்ஜான்

கு.சாத்தான்: ரம்ஜான் அறையைக் காண்போம்:

மூன்றாவது அறை மிகவும் அமைதியான சூழலில் காணப்படுகிறது. மேற்கூரையில் பிறை நிலவு ஒளிர்கிறது. அறையின் நடுவில் ஒரு பெரிய பச்சை விரிப்பு - அதில் குடும்பத்தினர் அனைவரும் இப்தார் உணவுக்காக அமர்ந்திருப்பது போலக் காட்சி அமைக்கப்பட்டுள்ளது.

ஒரு பக்கம் பேரீச்சம் பழங்கள் நிறைந்த தட்டு, அருகில் நோம்புக் காலத்தின் சிறப்பு உணவான நோம்புக் கஞ்சி. பிரியாணி போன்ற விருந்து உணவுகள். சுவரில் அரபிக் எழுத்துக்களில் ரம்ஜான் மாத வாழ்த்துகள் அலங்கரிக்கப்பட்டுள்ளன.

அடுத்த திருவிழாவுக்குச் செல்லலாமா?

நான்: கிறிஸ்துமஸ்

கு.சாத்தான்: கிறிஸ்துமஸ் அறையைப் பார்ப்போம்:

நான்காவது அறை குளிர்ந்த, இனிமையான சூழலில் காணப்படுகிறது. மையத்தில் அழகான கிறிஸ்துமஸ் மரம். பல வண்ண விளக்குகளாலும், பளபளக்கும் நட்சத்திர அலங்காரங்களாலும் அலங்கரிக்கப்பட்டுள்ளது. மரத்தின் கீழே பல வண்ணக் காகிதங்களில் சுற்றப்பட்ட பரிசுப் பொட்டலங்கள்.

ஒரு மூலையில் குடில் காட்சி - குழந்தை இயேசு, மரியாள் மற்றும் மேய்ப்பர்களின் சிறிய உருவங்கள். மற்றொரு பக்கம் சாண்டா கிளாஸின் சிவப்பு உடை தொங்குகிறது. மேஜையின் மீது கேக், பிளம் புடிங், குக்கீஸ் போன்ற கிறிஸ்துமஸ் சிற்றுண்டிகள். அறை முழுவதும் கேரல் பாடல்களின் இனிய இசை கேட்கிறது.

வேறு ஏதேனும் திருவிழாவைப் பற்றி அறிய விரும்புகிறீர்களா?

நான்: போதும்.

கு.சாத்தான்: சரி. இப்போது நாம் நான்கு முக்கிய இந்தியத் திருவிழாக்களை நமது நினைவு மாளிகையில் பார்த்தோம்:

1. பொங்கல் அறை - பொங்கல் பானை, கரும்பு, அலங்கரிக்கப்பட்ட மாடுகள், கோலம்

2. தீபாவளி அறை - அகல்விளக்குகள், பட்டாசுகள், புத்தாடைகள், பலகாரங்கள்.

3. ரம்ஜான் அறை - பிறை நிலவு, இப்தார் உணவு, பேரீச்சம்பழம், அரபிக் வாழ்த்துகள்.

4. கிறிஸ்துமஸ் அறை - கிறிஸ்துமஸ் மரம், குடில் காட்சி, சாண்டா உடை, சிற்றுண்டி.

ஒவ்வொரு அறையும் அந்தந்த பண்டிகையின் தனித்துவமான அம்சங்களைப் பிரதிபலிக்கிறது. இந்தக் காட்சிகளை மனதில் வைத்து, பண்டிகைகளின் முக்கிய அம்சங்களை எளிதாக நினைவில் கொள்ளமுடியும்.

முதலில் பார்க்கும்போது, "இத நான் பேப்பர்ல லிஸ்ட் மாதிரி எழுதிப்பேனே.." என்றுதான் தோன்றும். ஆனால் விஷுவல் மெமரி டெக்னிக் என்பது நிறைய விஷயங்களை நினைவில் வைத்திருப்பதற்குக் கைகொடுக்கும்.

மனதிலேயே முழுக்கோவிலையும் கட்டி முடித்த பூசலார் கதை தெரியும்தானே? மனக்கண்ணில் நாம் காட்சிப்படுத்திக்கொள்ளும் எந்தவொன்றும் நீண்ட நாள் நினைவிலிருக்கும்.

பள்ளி, கல்லூரி மாணவர்களுக்கு இந்த நினைவுமாளிகை டெக்னிக் மிகவும் பயனுள்ளதாக இருக்கும். போட்டித் தேர்வுகளுக்குத் தயாராபவர்கள் கூட இதை முயன்று பார்க்கலாம்.

"வைத்ததொரு கல்வி மனப்பழக்கம்" என்று பாட்டி சும்மாவா சொல்லியிருக்கிறார்.

11. ழ

பேச்சு ஒரு கலை. சிலர் கருவிலேயே திருவுடையோர். அவர்களுக்கு இக்கலை எளிதாக வசமாகிறது. அவ்வாறன்றி இயல்பாக இருப்போர் முயன்று கற்க வேண்டியுள்ளது.

பேச்சுக் கலையின் முக்கியமானதொரு அங்கம் உச்சரிப்பு. ஒவ்வொரு மொழியும் பிரத்தியேகமான சில ஒலிக்குறிப்புகளைப் பெற்றிருக்கிறது. தமிழில் “ழ” போல.

தாய்மொழி தவிரப் பிற மொழிகளைப் பேசப் பயிலும்போது பல்வேறு சிக்கல்கள் எழுகின்றன. அவற்றில் ஒரு குறிப்பிட்ட பிரச்னையைத் தீர்ப்பதற்குக் குட்டிச் சாத்தானை வரவழைக்கவிருக்கிறோம்.

“எம்.டி.ஐ” (*MTI*) கேள்விப்பட்டிருக்கிறீர்களா?

Mother Tongue Influence என்னும் மூன்று வார்த்தைகளின் முதலெழுத்துச் சுருக்கம்தான் எம்.டி.ஐ. தாய்மொழித் தாக்கம்.

பிறமொழி பேசும்போது நமது உச்சரிப்பு தாய்மொழியின் சாயலில் ஒலிப்பதே எம்.டி.ஐ. பொதுவாக ஆங்கிலத்தில் பேசும் போது எம்.டி.ஐ ஒரு பிரச்னை. அதுவும் இந்தியா போன்று பல்வேறு மொழிகள் செழிப்புடன் வாழும் தேசத்தில் இதற்கான சாத்தியக்கூறுகள் அதிகம். வெவ்வேறு மாநிலங்களைச் சார்ந்தோர் பேசும் ஆங்கிலத்தைக் கேட்டாலே எம்.டி.ஐ என்றால் என்னவென்று நமக்குத் தெளிவாகப் புரிந்துவிடும்.

என்னதான் முயன்றாலும் எம்.டி.ஐ என்பதை ஜீரோ லெவலுக்குக் கொண்டுவருவது கடினம். கொஞ்சமாவது இருக்கத்தான் செய்யும். அது பிரச்னை இல்லை. ஆனால் நாம் பேசுவது ஆங்கிலம் தானா என்று பிறர் குழம்பும் அளவுக்கு மாறுவதுதான் சிக்கல்.

நமது ஆங்கில உச்சரிப்பைக் குட்டிச்சாத்தான் மூலம் ரிப்பேர் செய்துகொள்ள முடியும். அப்பயிற்சிக்கான ப்ராம்ட்டைப் தான் பார்க்க இருக்கிறோம்.

இந்தப் ப்ராம்ப்ட்டை வாய்ஸ் மோடில் கொடுக்கவேண்டும். இந்த மோட் எதற்காகப் பயன்படுகிறது என்று "குரலி(ளி) வித்தை" அத்தியாயத்தில் விரிவாகப் பார்த்திருந்தோம். முதலில் அதை வாசித்துவிடுங்கள்.

இதோ ப்ராம்ப்ட்: "Hi, I want to work on reducing my mother tongue influence when speaking English. Can you please help me with targeted exercises and practical tips to improve my pronunciation, accent, and fluency? I'd like to begin with specific sounds and words that are challenging for me, focusing on areas where my mother tongue influence is most apparent. After that, I'd like to engage in practice conversations, where you can correct me and provide detailed feedback on my speech patterns, intonation, and any persistent issues. Additionally, if you could suggest daily practice routines and resources, that would be very helpful. Thank you!"

தமிழில் ப்ராம்ப்ட்:

"வணக்கம். ஆங்கிலம் பேசும்போது எனது தாய்மொழியின் தாக்கத்தைக் குறைக்க விரும்புகிறேன். பயிற்சிகள் மூலம் எனது உச்சரிப்பு முறை மற்றும் தடையில்லாப் பேச்சை மேம்படுத்த உதவ முடியுமா?

எனது தாய்மொழியின் தாக்கம் அதிகம் தெரியும் இடங்களில் கவனம் செலுத்தி, எனக்குச் சவாலான குறிப்பிட்ட ஒலிகள் மற்றும் வார்த்தைகளிலிருந்து தொடங்க விரும்புகிறேன். அதன் பிறகு, பயிற்சி உரையாடல்களில் ஈடுபட விரும்புகிறேன்.

அப்போது நீங்கள் எனது பேச்சு முறைகள், தொனி மற்றும் தொடர்ந்து வரும் சிக்கல்கள் குறித்து திருத்தங்களையும் விரிவான கருத்துகளையும் வழங்கலாம்.

கூடுதலாக, தினசரி பயிற்சிகளைப் பரிந்துரைக்க முடிந்தால், அது மிகவும் பயனுள்ளதாக இருக்கும். நன்றி!"

எம்.டி.ஐ பயிற்சியைத் தொடங்கும் முன் இன்னொன்றையும் உங்களுக்குச் சொல்ல விரும்புகிறேன். இந்தப் ப்ராம்ப்ட்டை மீண்டும் ஒருமுறை வாசிக்கவும்.

இதில் உங்களின் கவனத்தை ஈர்க்கும் ஏதேனும் இருக்கிறதா?

இதில் நாம், "வணக்கம்" என்று தொடங்கியிருக்கிறோம். முடிக்கும்போதும் "நன்றி" சொல்லி முடித்துள்ளோம். "நீங்கள்" என்று விளிக்கிறோம். ஆங்கிலப் ப்ராம்ப்ட்டிலும் "*please*", "*thank you*" என்றெல்லாம் தாஜா செய்திருக்கிறோம்.

சாட்ஜிபிடி ஒரு சாஃப்ட்வேர். உயிரற்றது. பிறகெதற்கு மனிதர்களை விளிப்பது போன்ற சொற்பிரயோகங்கள். இவை தன்னியல்பாக வந்து விழுந்த வார்த்தைகள் அல்ல. இச்சொற்கள் திட்டமிட்டு இணைக்கப்பட்டுள்ளன.

ஏன்?

ப்ராம்ப்ட் வல்லுநர்கள் ஒன்றைக் கண்டறிந்துள்ளனர். மரியாதையான சொற்களை நீங்கள் ப்ராம்ப்ட்டில் பயன் படுத்தினால் கு.சாத்தான்கள் மகிழ்ச்சியடைகின்றன. சிறப்பாகப் பதிலளிக்கின்றனவாம். இவ்வாறு நிகழ்வதற்கும் டெக்னிக்கலான காரணங்கள் சில உள்ளன. வெக்டர் எம்பெடிங் என்றெல்லாம் சொல்லி நான் உங்களைப் பயமுறுத்தப் போவதில்லை.

நாம் தெரிந்து கொள்ள வேண்டியது ஒன்றுதான். எம்மொழியில் வேண்டுமானாலும் பேசுங்கள். ஆனால் மரியாதையாகப் பேசுங்கள். மனிதர்களிடமும் குட்டிச்சாத்தான்களிடமும். கனியிருப்பக் காய் கவர்ந்தற்று.

மீண்டும் எம்.டி.ஐக்கு வாருங்கள்.

இந்த ப்ராம்ப்ட்டை நீங்கள் சாட்ஜிபிடியிடம் கொடுங்கள். வாய்ஸ் மோடில் இக்குட்டிச்சாத்தான் பிறவற்றைவிடச் சிறப்பாகச் செயல்படும்.

ப்ராம்ப்டைக் கொடுத்த பின்னர் நீங்கள் ஆங்கிலத்தில் பேசத் தொடங்க வேண்டும். கு.சாத்தான் உங்கள் உச்சரிப்பை

உற்றுக்கேட்கும். நீங்கள் பேசுவது சிறப்பாக இருந்தால், "வெல் டன்" சொல்லி முடித்துக்கொள்ளும்.

இல்லையென்றால் தனது கணிப்புகளைத் தெரிவிக்கும். உங்களது உச்சரிப்பை எவ்வாறு மேம்படுத்தலாம் என்று சில பரிந்துரைகளை வழங்கும்.

உங்களுக்குச் சவாலாக இருக்கும் வார்த்தைகளைப் பட்டியலிடுங்கள். அச்சொற்களை உச்சரியுங்கள். நாம் தவறாக உச்சரித்த சொற்களை சாட்ஜிபிடி தேர்ந்தெடுக்கும். அதன் ஒலிக்குறிப்புகளைக் கிளிப்பிள்ளைக்குச் சொல்வதுபோல நிறுத்தி நிதானமாகக் கற்றுக்கொடுக்கும். சாட்ஜிபிடியார் சொல்வதை உள்வாங்கி நாம் திரும்பவும் கூறவேண்டும். மீண்டும் நாம் பேசியதை அனலைஸ் செய்யும்.

நம் குரல். சாட்ஜிபிடி கணிப்பு. ரிபீட். இவ்வாறு சில சுற்றுகள் முடிந்தபின், நாம் ஆரம்பத்தில் உச்சரித்ததை விடக் கொஞ்சமாவது முன்னேறியிருப்போம்.

இந்தப் பயிற்சியின்போது, நல்லதொரு ஹெட்ஃபோன் பயன்படுத்துவது சிறப்பு. அமைதியான இடமொன்றைத் தேர்ந்தெடுத்துக்கொள்ளுங்கள். வேகமான இண்டர்நெட் இணைப்பும் அவசியம்.

இது போக, அமெரிக்கன் அக்சென்ட் போன்ற ஒரு குறிப்பிட்ட அக்சென்ட்டில் பேசவும் நாம் பயிற்சி எடுக்கலாம்.

ஒரே ஒரு ப்ராம்ட் செஷனிலேயே மாற்றம் வராது. செந்தமிழும் நாப்பழக்கம். செந்தமிழ் மட்டுமல்ல எம்மொழியும் நாப்பழக்கம் தான். எம்.டி.ஐயைக் குறைக்கத் தொடர்ச்சியான பயிற்சி தேவை. இடைவிடாது முயன்று வந்தால், நிச்சயம் நாம் பேசும் ஆங்கிலத்தின் நேர்த்தி அதிகரிக்கும்.

ஆங்கிலத்தில் தமிழின் தாக்கம் ஒரு புறம் இருக்கட்டும். பலரின் தமிழ் உச்சரிப்பே தடுமாறுகிறதே. என்ன செய்யலாம்? இப்போதைக்கு இதற்குச் சாட்ஜிபிடியைத் துணைக்கு அழைக்க முடியாது. இதுபோன்ற சொற்றொடர்களைச் சொல்லிப்பழகுங்கள். "தாழ்வுற்ற வேளையிலும் பலமுள்ள உள்ளத்தால் வாழ்வில் தழைக்கலாம்."

12. நீ பாதி... நான் பாதி

"எப்பப் பாத்தாலும் ஃபோன்ல ரீல்ஸ் பாத்துட்டே இருக்கானே(ளே)... இவன(ள) என்ன பண்றதுன்னே தெரியலியே...". பெற்றோரின் டாப் 10 கவலைகள் பட்டியலில் நிச்சயம் முதல் மூன்று இடங்களுக்குள் இக்கவலை இருக்கும்.

மகிழ்வாக இருப்பது குழந்தைகளின் உரிமை. ஆனால் அம்மகிழ்வை எவ்வாறு பெறுகிறார்கள் என்பது முக்கியம். இத்தனை காலம் அவர்களிடம் ஃபோன் கொடுத்துப் பழக்கியிருக்கிறோம்.

"ஆன்லைன் க்ளாஸ்", "இல்லாட்டி சாப்ட மாட்றானே(ளே)..." இப்படிப் பல்வேறு காரணங்கள். சில நிஜங்களும். நிறையப் பொய்களும்.

இப்போது திடீரென ஒட்டுமொத்தமாக ஃபோனை அவர்களிடம் இருந்து வாங்கிவிட முடியாது. ஃபோன் தொடர்ந்து பார்ப்பது நிச்சயம் கெடுதல்தான். அதிலும் ஷார்ட் வீடியோக்களைத் தொடர்ந்து பார்த்து வந்தால் கவனச் சிதறல் நிச்சயம்.

என்ன செய்யலாம்? ஃபோனிலேயே வேறு ஏதாவது பயனுள்ள சிலவற்றைச் செய்யக் கற்றுக்கொடுக்கலாம். அப்படியொரு சங்கதிதான் கதை கேட்பது.

கதைகள் கேட்பது அனைவருக்குமே பிடித்தமான ஒன்று. அதிலும் குறிப்பாகக் குழந்தைகளுக்கு. கதை கேட்பது என்பது வெறுமனே

பொழுதுபோக்கு மட்டுமல்ல. குழந்தைகளின் கற்பனைத் திறனை வளர்ப்பதில் கதைகளுக்கு முக்கியப் பங்குண்டு.

“அப்ப யூட்யூப்ல ஏதாவது கதை வீடியோ போடச் சொல்றீங்களா?” என்றால் இல்லை.

“பின்ன... குட்டிச்சாத்தான் கத சொல்லப் போகுதா?” என்றால் இது பாதி உண்மை.

கு.சாத்தான் கதை சொல்லப்போகிறது. ஆனால் பாதிக் கதைதான். கதையின் ஒரு வரியை நாம் சொல்லவேண்டும். அடுத்த வரியை அது சொல்லும். இப்படியே கதை வளரும்.

“பே....” என்று ரீல்ஸ் வீடியோ பார்ப்பது போல இல்லாமல், குழந்தைகள் ஆக்டிவாக இதில் பங்குபெற இயலும்.

பொதுவாக இரண்டு வகையான பொழுதுபோக்குகள் உள்ளன. ஒன்று பாஸிவ் வகை. இதில் குழந்தைகள் தங்கள் பங்கிற்குச் சிந்தித்து எதுவும் செய்ய வேண்டியதில்லை. வெறுமனே வீடியோ பார்ப்பது பாஸிவ் வகை.

மாறாக, ஆக்டிவ் வகையில், குழந்தைகளும் தங்கள் பங்கிற்குச் சிந்தித்துச் செயல்பட வேண்டும். இதில் குழந்தைகள் ஏதேனும் ஒன்றை உருவாக்குவர்.

பாஸிவ் வகை வெறுமனே நேர விரயம். ஆனால் ஆக்டிவ் வகை விரயமல்ல. பாஸிவ் வகை சோம்பல் சேர்க்கும். ஆக்டிவ் வகை குழந்தைகளைப் புத்துணர்ச்சியுடன் இருக்கச் செய்யும்.

சாட்ஜிபிடி ஒரு வரி. குழந்தை மறுவரி. இவ்வாறு செய்வது ஆக்டிவ் வகைப் பொழுதுபோக்கு. பயன்மிக்கது.

அதற்கான ப்ராம்ப்ட் இதோ:

Hi..., let's play an interactive story game. I'll say one sentence, and then you say the next. Let's keep the story enjoyable, fun, and suitable for kids. At the end of our story, please rewrite the entire story in a language style that matches the genre, keeping it kid-friendly. I'll start: '[First Sentence]'.' Your turn!"

தமிழில் இவ்வாறு கொடுக்கலாம்:

"வணக்கம், நாம் ஒரு கதை விளையாட்டு விளையாடலாம். நான் ஒரு வாக்கியம் சொல்வேன், பிறகு நீங்கள் அடுத்ததைச் சொல்லுங்கள். கதையை மகிழ்ச்சியுடனும், சுவாரஸ்யமாகவும், குழந்தைகளுக்கேற்றவாறு வைத்திருக்க முயற்சிப்போம். கதையின் முடிவில், கதையின் வகைக்கு ஏற்ப மொழிச் சிறப்புடன், குழந்தைகளுக்கேற்ற விதத்தில் முழுக் கதையையும் மீண்டும் எழுதவும். நான் தொடங்குகிறேன்: '[முதல் வாக்கியம்].' உங்கள் பங்கு!"

வாய்ஸ் மோடில் இந்த ப்ராம்ப்ட் கொடுத்துவிடுங்கள். *First Sentence* என்றிருக்கும் அடைப்புக்குறிக்குள் கதையின் விதையைத் தூவுங்கள். உஷ்ஷ்ஷ்... முதல் வரியைக் கொடுத்துவிடுங்கள்.

இதன் பின் இண்டர்-ஆக்டிவ் மோடில் கதை வளரும். சாட்ஜிபிடி அடுத்த வரியைச் சொல்லும். அதன்பின் நாம் அடுத்த வரியைச் சொல்ல வேண்டும்.

எப்போது கதையை முடிக்க வேண்டுமென்று விரும்புகின்றீர்களோ, அப்போது, நீங்கள் "கம்ப்ளீட் த ஸ்டோரி" என்று சொல்ல வேண்டும். சாட்ஜிபிடி சமர்த்தாக கதையை நிறைவு செய்துவிடும்.

அதன் பின்னர், இதுவரை "நீ பாதி... நான் பாதி..." என்று வளர்த்த கதையை அதுவே சிறப்பாக எழுதிக் கொடுக்கும். இது சிறார்களுக்கேற்ற மொழிநடையிலே இருக்கும்.

ஒரு சாம்பிள்:

"மழை பெய்து கொண்டிருந்தது.

சின்னஞ்சிறு முத்து பாட்டுப் பாடிக்கொண்டு தனது குட்டிக் குடையைத் திறந்து கொண்டு தெருவில் விளையாட ஆரம்பித்தான்.

அவன் நடந்து கொண்டிருந்தபோது, திடீரென்று ஒரு சிறிய நீல நிறப் பறவை மழையில் நனைந்து கொண்டு ஒரு மரத்தடியில் உட்கார்ந்திருப்பதைப் பார்த்தான்.

முத்துவுக்கு அந்தப் பறவையைப் பார்க்க மிகவும் பரிதாபமாக இருந்தது. அவன் அதைத் தன் கைகளில் பிடித்தான். அதற்கும் குடைபிடித்தான். தானியங்கள் கொடுத்தான். சில நிமிடங்களில் பறவை முத்துவின் கையில் இருந்து பறந்து சென்றது. ஆனால்

அது முத்துவிடம் ஒரு சிறிய பொன் நிற சிறகை விட்டுச் சென்றது. முத்து அந்த சிறகைப் பார்த்தான். அது ஒளிர்ந்தது.

அவன் அதைத் தொட்டபோது, அவன் உடனடியாக மேகங்களுக்கு மேலே பறந்து சென்றான்! முத்து ஆச்சரியத்தில் சிரித்தான். அவன் மேகங்களுக்கு மேலே பறந்து, வானவில்லைத் தொட்டான். பறவைகளுடன் பேசினான். பிறகு, மழை நின்றதும், முத்து மீண்டும் தரையில் இறங்கினான்.

அன்று முதல், முத்துவுக்கு மழை பெய்யும் நாள்கள் மிகவும் பிரியமான நாட்களாக மாறின.

ஒவ்வொரு மழை நாளிலும், அவன் அந்தப் பொன் சிறகைப் பார்த்து, தன் சிறிய சிவப்புக் குடையுடன் வெளியே ஓடுவான். யாருக்கும் தெரியாமல், முத்து வானத்தில் பறக்கும் சிறுவன் என்ற இரகசியத்தை அவன் மனதில் மட்டும் வைத்துக்கொண்டான்."

இக்கதையை அக்குழந்தையிடமே கொடுத்து வாசிக்கச் சொல்லலாம். தாங்கள் உருவாக்கிய ஒன்று குழந்தைகளுக்கு என்றுமே சிறப்பானதுதான். பெற்றோருக்கும்.

"இதுவெல்லாம் ஒரு கதையா?.... தமிழின் ஆகச் சிறந்த சிறுகதை மரபில்...." என்போர்க்கு ஒரு சிறிய விளக்கம்.

ஏஐ எழுதும் கதைகள் நேர்த்தியாக இருக்காது. இங்கு நமது நோக்கம் நோபல் பரிசு பெறப்போகும் கதையை எழுதுவது அல்ல. குழந்தைகள் தங்கள் நேரத்தை வீணடிக்காமல் சுறுசுறுப்பாக இருக்கச் செய்வது.

அந்த நோக்கத்தை இது கட்டாயம் நிறைவேற்றும்.

பாட்டிகள் கதை சொன்ன காலம் என்று ஒன்றிருந்தது. இது "பாட்"கள் கதை சொல்லும் காலம்.

13. நகலெழுத்து

ஈ-மெயில்களுக்குப் பதிலளிப்பது என்பது ஒரு கலை. இதற்கெனப் பிரத்தியேகமான பயிற்சி வகுப்புகள் இருக்கின்றன.

முன்பெல்லாம் நமக்கு வரும் ஈமெயில்களில் எக்கச்சக்கமான பிழைகள் இருக்கும். தற்போது பிழைகளுடன் எழுதப்படும் ஈமெயில்கள் பெருமளவு குறைந்துவிட்டன. உங்கள் ஈமெயில் இன்பாக்ஸைப் பார்த்தாலே புரியும்.

நீங்கள் ஓர் ஆசிரியரெனில் நான் சொல்வதைக் கட்டாயம் உணர்ந்திருப்பீர்கள். இப்போதெல்லாம் மாணவர்களிடமிருந்து வரும் ஈமெயில்கள் பிழைகளேதுமின்றிச் சுத்தமாக இருக்கின்றன. டெட்டால் போட்டுக் கழுவியது போல.

என்ன காரணம்? நம்மூரில் ஓர் ஆங்கிலப் புரட்சி நடந்துவிட்டதா என்ன? அப்படியெல்லாம் ஒன்றுமில்லை. இதுவும் குட்டிச் சாத்தானின் கண்கட்டி வித்தைகளில் ஒன்று. ஜெனரேட்டிவ் ஏ.ஐ செய்யும் மாயம். சாட்ஜிபிடி, க்ளாட் போன்ற எல்.எல். எம்களின் கைங்கரியம்.

ஜெனரேட்டிவ் ஏ.ஐ வந்த புதிதிலேயே அதிகம் பேசப்பட்ட ஒன்று ஈமெயில் எழுதுவது. சரசரவெனச் சரளமாக ஈமெயில்களையும் அதற்கான பதில்களையும் எழுதிக்கொடுத்தது ஏ.ஐ.

"ஏ.ஐ மூலமா எழுதலாம்... ஆனாலும் நானே எழுதறதப் போல வருமா?"

வெறுமனே உப்புச்சப்பில்லாத ஸ்டைலில் ஈமெயில் எழுதுவதிலிருந்து, உங்களைப் போலவே எழுதவும் ஏஐயைப் பணிக்கமுடியும். அதற்கான ப்ராம்ப்ட்டைப் தான் பார்க்கவிருக்கிறோம்.

"உங்களைப் போலவே" என்றால், உங்களது வாக்கிய அமைப்புகள், அடிக்கடி பயன்படுத்தும் வார்த்தைகள், ஈமெயில் வடிவம் *(Structure)* இவையெல்லாமும்.

இதற்கு நீங்கள் ஒரு ப்ராம்ப்ட் கொடுத்துக் குட்டிச் சாத்தானைப் பழக்கவேண்டும். அதன் பின்னர் நீங்கள் எழுதச் சொல்லும் மின்னஞ்சல்களை உங்கள் பாணியிலே அது எழுதி முடிக்கும்.

அதற்கான ப்ராம்ப்ட் இதோ:

"Hey, I want you to analyze an email I've written and then craft future emails in a similar style. Here's the email:

[Insert your email here]

Based on this, please adapt to the tone, language, and style you've observed. Whenever I ask you to write an email in the future, use this style as a reference. You can adjust for context, but keep the core elements consistent with the original email."

தமிழில் இவ்வாறு கொடுக்கலாம்:

"வணக்கம் *Claude*, நான் எழுதிய மின்னஞ்சலை ஆராய்ந்து, அதே பாணியில் எதிர்கால மின்னஞ்சல்களை உருவாக்க உங்களைக் கேட்டுக்கொள்கிறேன். இதோ என் மின்னஞ்சல்:

[உங்கள் மின்னஞ்சலை இங்கே சேர்க்கவும்]

இதன் அடிப்படையில், நீங்கள் கவனித்த தொனி, மொழிநடைக்கு ஏற்ப தயவுசெய்து உங்களைத் தகவமைத்துக் கொள்ளுங்கள். எதிர்காலத்தில் நான் மின்னஞ்சல் எழுதும்படி கேட்கும்போதெல்லாம், இந்தப் பாணியைக் குறிப்பாகப் பயன்படுத்துங்கள். சூழலுக்கு ஏற்ப மாற்றிக்கொள்ளலாம், ஆனால் அசல் மின்னஞ்சலின் முக்கிய அம்சங்களைத் தொடர்ந்து கடைப்பிடியுங்கள்."

[உங்கள் மின்னஞ்சலை இங்கே சேர்க்கவும்] என்றிருக்கும் இடத்தில் நீங்கள் எழுதிய ஓர் ஈமெயிலைக் காப்பி பேஸ்ட் செய்யுங்கள்.

ப்ராம்ப்ட்டை ஓட விடுங்கள். கிளாடனார் உங்களது ஈமெயிலை உள்ளும் புறமும் உற்றுநோக்குவார். பின்னர் உங்களது ஸ்டைலைக் "கண்டுகொண்டேன்... கண்டுகொண்டேன்..." என அறிவிப்பார். உங்கள் ஸ்டைல் குறித்து அவர் என்ன நினைக்கிறார் என்று ஒரு குறு மதிப்புரையும் கொடுப்பார்.

தொனி *(tone)* குறித்து முன்னரே பார்த்திருக்கிறோம். இந்தப் ப்ராம்ப்ட் உங்கள் ஈமெயில் தொனியையும் புரிந்துகொள்ளும்.

இங்கு நான் கொடுத்துள்ள, டெம்ப்லேட் ப்ராம்ப்ட்டில் ஒரே ஒரு சாம்பிள் ஈமெயில்தான் உள்ளது. நீங்கள் எழுதும் விதத்தைக் கிளாடனார் ஆழமாகப் புரிந்துகொள்ள, இன்னும் சில ஈமெயில்களைக் கொடுக்கலாம். ஃபார்மல், ஃப்ரண்ட்லி என டோனுக்கு ஒன்றாகக் கொடுத்தால் இன்னும் சிறப்பு.

கிளாடனாரின் இந்தப் பிரதாபத்தை எனது வகுப்பில் ஒருநாள் சொல்லிக்கொண்டிருந்தேன். அப்போது ஒரு மாணவர் "சார் ஒரு டவுட்..." எனக் கையுயர்த்தினார்.

புன்முறுவலுடன் "எஸ் ப்ளீஸ்..." என்றேன்.

"ஃப்ரண்ட்லீன்னு சொல்றீங்களே... ஃப்ரண்ட்ஸுக்கு ஈமெயில்லாம் அனுப்புவாங்களா சார்?"

அவருக்கு நான் என்ன பதிலளித்திருப்பேன் ?

"குட் கொஸ்டின்... ஃப்ரண்ட்லி டோன் ஃப்ரண்ட்ஸுக்கு அனுப்புறதுக்கு மட்டுமில்ல. எங்கெல்லாம் நீங்க ரொம்ப ஃபார்மலா வேணாம்னா நெனெக்கிறீங்களோ அப்ப ஃப்ரண்ட்லி டோன்ல எழுதலாம். இது ஒரு ரைட்டிங் ஸ்டைல்" இப்படியே நிறுத்தியிருக்கலாம்.

ஆனால் கடைசியாக இன்னும் ஒரு வரியைச் சேர்த்தேன்.

"எப்டி ப்ரோன்னா அண்ணன்னு மீனிங் வராதோ அது மாதிரி..."

"காட் யுவர் பாயிண்ட் சார்"

மறுபடியும் கிளாடனாருக்கு வாருங்கள். ஈமெயில்தான் என்றில்லை.

நீங்கள் எந்தவொரு டெக்ஸ்ட்டையும் கொடுத்து அதன் ஸ்டைலை அறியச் சொல்லமுடியும். பின்னர் அதே ஸ்டைலில் புதிய கண்டெண்ட்களை உருவாக்கலாம். இதைப் பல்வேறு சூழல்களில் பயன்படுத்த இயலும்.

எனக்கொரு விபரீத ஆசை வந்தது. மேலே சொன்ன ப்ராம்ப்ட்டை லேசாகப் பட்டி பார்த்து டிங்கரிங் செய்தேன். இந்தக் கட்டுரையின் முதல் நான்கு பத்திகளை சாம்பிள் டெக்ஸ்ட்டாகக் கொடுத்தேன்.

அதன் பின்னர் கிளாடனாரிடம், "ஏ.ஐயினால் வேலைவாய்ப்புகள் பறிபோகுமா? இது குறித்து 200 சொற்களில் மேலே சொன்ன எனது ஸ்டைலில் எழுதுக." என்றேன்.

கிளாடனார் என்ன எழுதியிருக்கிறார் பாருங்கள்.

அச்சச்சோ! இந்தக் கேள்வி கேட்டாலே பலருக்கும் வயிற்றைக் கலக்குது இல்லையா? ஆனால் இதெல்லாம் புதுசா?

பாருங்க, இந்த வேலை பறிபோகும் பயம் இண்டஸ்ட்ரியல் ரெவலூஷன் காலத்திலேயே இருந்தது. அப்போ எல்லாம் "மெஷின்கள் வந்துருச்சு... நம்ம வேல போயிடும்!" அப்படின்னு கவலைப்பட்டாங்க. ஆனா என்ன நடந்தது?

மெஷின்கள் சில வேலைகளைக் எடுத்துக்கொண்டன - அது உண்மைதான். ஆனா அதே நேரத்துல புதுசா எத்தனையோ வேலைகள் உருவாகல?

கம்ப்யூட்டர் ப்ரோகிராமர், டேட்டா அனலிஸ்ட், டிஜிட்டல் மார்கெட்டிங் - இதெல்லாம் யாருக்காவது தெரியுமா அப்போ?

இப்போ ஏ.ஐ-யும் அப்படித்தான். "ப்ராம்ப்ட் இன்ஜினியர்"னு ஒரு வேலையே புதுசா வந்திருக்கு. ஏ.ஐ ட்ரெயினர், ஏ.ஐ எதிக்ஸ் கன்சல்டன்ட் - இதெல்லாம் நம்ம கனவிலகூட நினைச்சிருக்க மாட்டோம்!

"அப்படின்னா வேலை பறிபோகாதா?"

சில வேலைகள் மாறும். சிலது போகும். ஆனா புதுசு புதுசா வேலைகள் வரும். கீ பாயிண்ட் என்னன்னா - நம்மை அப்டேட் பண்ணிக்கிட்டே இருக்கணும். ஏ.ஐ-கூட work பண்ற ஸ்கில்ஸ் வளர்த்துக்கணும்.

அப்புறம் என்ன? நம்ம future-ஐ ஏ.ஐ பார்த்துக்கும்.

கிளாடனாரின் மொழிநடை எப்படி? இதைத்தான் நான் "நகலெழுத்து" என்கிறேன். வெறுமனே, "ஏஐயால் வேலை போகுமா?" என்று கேட்டிருந்தால் இந்த ஸ்டைலில் பதில் வந்திருக்காது. நாம் கொடுத்த டெக்ஸ்ட்டை அனலைஸ் செய்து ஸ்டைலைக் காப்பியடிக்கச் சொன்னதால் வந்த விளைவு இது. குரல் மிமிக்ரி போல இது எழுத்து மிமிக்ரி.

கிளாடனார் எனது ஸ்டைலைச் சரியாகக் காப்பி அடித்திருக்கிறாரா என்பதை உங்களிடமே விட்டுவிடுகிறேன்.

இதையெல்லாம் வாசிக்கும்போது உங்களுக்கு ஓர் ஐயம் எழலாம்.

"நானெழுதுற இங்க்லீஷே தப்புந்தவறுமா இருக்குன்னு தான க்ளாட் யூஸ் பண்றேன். நீங்க என்னன்னா என்னோட ஸ்டைல்லயே எழுதச் சொல்றீங்களே...?"

"ஆமால்ல..." என்போர் இந்தக் கேள்வியைச் சமர்த்தான பள்ளிக்குழந்தையொன்றிடம் கேட்டால் பளிச்சென்று பதில் சொல்லும்.

வீட்டுப்பாடங்களை முடிக்கப் பள்ளிக்குழந்தைகள் பலரும் இப்போது ஏ.ஐயை நாடுகின்றனர். அவர்களுக்கு எவரோ மெத்தப்படித்த நபரொருவர், ஒரு பிழைகூட இல்லாமல் எழுதிய பெர்ஃபெக்ட் டெக்ஸ்ட் வேண்டாம். அவர்களைப் போலவே தத்தக்கா புத்தக்காவென, லேசான சில பிழைகள் கலந்து எழுதியதே வேண்டும்.

தங்கம் - 24கே - செம்பு - நகை - சரி வேண்டாம் விடுங்கள். எந்தக் குறையும் இல்லாதிருப்பது போன்ற பெரிய குறை வேறொன்றில்லை.

14. விளையாட்டுப் பாடம்

“வெளயாட்டுப் புள்ளயாவே இருக்க... கொஞ்சம் கூட சீரியஸ்னஸ் கெடயாது.”

இவ்வாறு குழந்தைகளைக் கடிந்துகொள்ளாத பெற்றோர் குறைவு. விளையாட்டாக இருப்பதுதானே குழந்தைகளின் இயல்பு. எங்கே தன் குழந்தை படிப்பில் பின்தங்கிவிடுமோ என்னும் அச்சம் பெற்றோருக்கு.

குழந்தைகள் கற்கவும் வேண்டும். குதூகலமாகவும் இருக்கவேண்டும். என்ன செய்யலாம்?

இதற்கான தீர்வுதான் “கேமிஃபிகேஷன்”. தற்போது பிரபலமாகிவரும் கற்பித்தல் முறைகளில் ஒன்று. “இந்த க்ளாஸ் போர்” என்று மாணவர்கள் கூறாமல் பார்த்துக்கொள்வதுதான் ஓர் ஆசிரியர் சந்திக்கும் கடினமான சவால்களில் ஒன்று. பாலர் பள்ளிகள் முதல் பல்கலைக்கழகங்கள் வரை.

கேமிஃபிகேஷன் என்றால் விளையாட்டாக்குவது. விளையாட்டு பிடித்திருக்கிறது. பாடம் பிடிக்கவில்லை. என்ன செய்யலாம்? பாடத்தையே ஒரு விளையாட்டாக உருமாற்றம் செய்துவிட்டால் வெற்றி.

கற்றலை விளையாட்டாக மாற்றும்போது, மாணவர்களின் ஆர்வம் அதிகரிக்கிறது. கவனச் சிதறலும் குறைகிறது.

ஏன் இது பிடிக்கிறது? இரண்டு காரணங்கள். ஒன்று விளையாட்டில் இருக்கும் சவால். இரண்டு, வெற்றி பெற வேண்டுமென்ற இச்சை. இவ்விரண்டும் இணைந்து கேமிஃபிகேஷனை, ஒரு சூப்பர்ஹிட் காம்போவாக மாற்றுகிறது.

பாடங்களை எவ்வாறு கேமிஃபிகேஷன் ஆக்கலாம் எனத் தனியாக ஆய்வுகள் நடந்துவருகின்றன.

இந்த விஷயத்திலும் குட்டிச்சாத்தானைச் சிறப்பாகப் பயன்படுத்தலாம்.

ப்ராம்ப்ட்:

"நீங்கள் ஒரு கேமிஃபிகேஷன் நிபுணர். நான் ஒரு பள்ளி ஆசிரியர். நான் என் மாணவர்களுக்குக் கற்பிக்க விரும்பும் தலைப்பை வழங்குவேன். பாரம்பரிய முறைகளில் அவர்கள் அதிக ஈடுபாடு காட்டவில்லை. எனவே நான் இந்தப் பாடத்தை விளையாட்டாக மாற்ற விரும்புகிறேன். இளம் மாணவர்களுக்காக இந்தத் தலைப்பை விளையாட்டாக மாற்றுவதற்கான கேமிஃபிகேஷன் வழிமுறையை வழங்கவும்."

இந்த ப்ராம்ப்ட்டைக் கிளாடனாரிடம் கொடுங்கள். முதலில் அவர் இவ்வாறு பதிலளிப்பார்:

"நான் உங்களுக்கு உதவத் தயாராக இருக்கிறேன்! முதலில், நீங்கள் எந்தத் தலைப்பைக் கற்பிக்க விரும்புகிறீர்கள் என்று சொல்லுங்கள். அதன்பிறகு, உங்கள் மாணவர்களின் வயது மற்றும் வகுப்பு நிலை பற்றியும் கூறினால், அதற்கேற்ப சிறந்த கேமிஃபிகேஷன் யோசனைகளை வழங்க முடியும்.

பொதுவாக கேமிஃபிகேஷனில் நாம் பயன்படுத்தக்கூடிய முக்கிய உத்திகள்:

1. புள்ளிகள் சேகரிப்பு மற்றும் நிலைகள் (Levels)

2. சவால்கள் மற்றும் விருதுகள்

3. குழுப் போட்டிகள்

4. கதை அடிப்படையிலான கற்றல்

5. டிஜிட்டல் பேட்ஜ்கள்

குறிப்பிட்ட தலைப்பைப் பொறுத்து, உத்திகளைத் தேர்ந்தெடுத்து, உங்கள் மாணவர்களுக்கு ஏற்ற வகையில் வடிவமைக்க முடியும். நீங்கள் கற்பிக்க விரும்பும் தலைப்பு என்ன?"

நீங்கள் எந்தப் பாடத்தை ஒரு விளையாட்டு போல வடிவமைக்க விரும்புகிறீர்கள் என்று குறிப்பிடுங்கள். மிகவும் விளக்கமாகக் கூற வேண்டுமென்று கூட அவசியமில்லை.

பாடத்தின் தலைப்பை மட்டும் கூறினாலே போதும். உதாரணமாக: நியூட்டனின் மூன்றாம் விதி, பகா எண்கள். பகா எண்கள் என்றால் ப்ரைம் நம்பர்ஸ்.

மாணவர்களின் ஆர்வத்தைத் தூண்டும் விதத்தில் கிளாடனார் கேம்களை வடிவமைப்பார். கேம் என்றால் கம்ப்யூட்டர் கேம் அல்ல. மாணவர்கள் தங்களுக்கிடையே சின்னச் சின்னப் பொருள்களைக்கொண்டு விளையாடும் ஆட்டம். ப்ராம்ப்ட்டைக் கொஞ்சம் மாற்றுவதன் மூலம், நீங்கள் விரும்பும் வகையில் விளையாட்டை கஸ்டமைஸ் செய்யமுடியும்.

"சரிவிகித உணவு, பத்து வயது மாணவர்கள்" என்று கொடுத்தபோது, கிளாடனார் என்ன சொல்லியிருக்கிறார் என்று பாருங்கள்.

"மிகவும் நல்லது! 10 வயது மாணவர்களுக்குச் சரிவிகித உணவைப் பற்றி கற்பிக்க நான் ஒரு சுவாரஸ்யமான விளையாட்டை வடிவமைத்துள்ளேன்.

"உணவு வீரர்கள்" விளையாட்டு:

1. முதலில் வகுப்பை 4-5 பேர் கொண்ட குழுக்களாகப் பிரிக்கவும்.

2. ஒவ்வொரு குழுவும் ஒரு "உணவு வீரர்" குழு:

- *கார்போஹைட்ரேட் வீரர்*
- *புரத வீரர்*
- *வைட்டமின் வீரர்*
- *தாது உப்பு வீரர்*
- *கொழுப்பு வீரர்*

3. விளையாட்டின் படிகள்:

- *ஒரு உணவுப் பட்டியலைச் சொல்லுங்கள் (உதாரணம்: சாதம், பருப்பு, கீரை, பால், எண்ணெய்)*

- ஒவ்வொரு வீரரும் அந்த உணவில் இருந்து தங்கள் சத்துக்களை கண்டுபிடிக்க வேண்டும்
- முதலில் சரியாகக் கண்டுபிடிக்கும் குழுவுக்கு 5 புள்ளிகள்

4. கற்றல் அம்சங்கள்:

- உணவுப் பொருட்களில் உள்ள சத்துக்களை அடையாளம் காணுதல்
- சரிவிகித உணவின் முக்கியத்துவத்தைப் புரிந்து கொள்ளுதல்
- குழு செயல்பாடு மூலம் கற்றல்

5. சிறப்புச் சுற்று:

- குழுக்கள் ஒரு நாளின் முழு உணவுப் பட்டியலை உருவாக்க வேண்டும்
- அதில் அனைத்துச் சத்துக்களும் சரியான விகிதத்தில் இருக்க வேண்டும்
- மிகச் சிறந்த சரிவிகித உணவுப் பட்டியலை உருவாக்கும் குழுவுக்குப் பரிசு

இந்த விளையாட்டை மேலும் சுவாரஸ்யமாக்க:

- சத்துக்களுக்கு வண்ணக் குறியீடுகளைப் பயன்படுத்தலாம்
- வெற்றி பெறும் குழுக்களுக்குச் சின்னச் சின்ன பரிசுகள் வழங்கலாம்"

இதுபோக, கிளாடனாருடன் விளையாடும் கேம் போலவும் வடிவமைக்கலாம். அதற்கேற்ப ப்ராம்ப்ட்டைச் சற்றே மாற்ற வேண்டும். அவ்வாறான ஒரு சாம்பிள். புவியியல் பாடம் சார்ந்த கேமிஃபிகேஷன்:

ப்ராம்ப்ட் : "Let's play Geography Explorer! You have to describe a country, and i will guess which country it is. The descriptions will include hints about the culture, landmarks, and geography. It is for 10 year old kids. So design accordingly. Let's play this game in tamil."

இந்தப் ப்ராம்ட்டிற்கு கிளாடனர் கொடுத்த குறிப்புகள் இதோ:

"ஆஹா! அருமையான யோசனை. 10 வயதுக் குழந்தைகளுக்கு ஏற்ற வகையில் நான் சுவாரஸ்யமான குறிப்புகளைத் தருகிறேன்.

முதல் நாடு பற்றிய குறிப்புகள்:

1. இந்த நாட்டில் ஒரு மிகப்பெரிய சுவர் உள்ளது. இதை விண்வெளியிலிருந்தும் பார்க்க முடியும்!

2. இங்குள்ள மக்கள் "நூடுல்ஸ்" என்ற உணவை மிகவும் விரும்பி சாப்பிடுவார்கள்

3. பாண்டா கரடிகள் இந்த நாட்டில்தான் அதிகம் வாழ்கின்றன

4. இங்கு சிவப்பு நிற கொடியில் மஞ்சள் நட்சத்திரங்கள் உள்ளன

இந்த நாடு எது என்று கண்டுபிடிக்க முடிகிறதா?

எந்த நாடு என்று கண்டுபிடித்துவிட்டீர்களா? "ரொம்ப ஈஸியா இருக்கு..." எனக் காலரைத் தூக்கிவிடக் கூடாது. இது பத்துவயதுக் குழந்தைகளுக்காக. வயதை மாற்றி, கடினமான குறிப்புகளை வழங்குமாறு கிளாடனாரிடம் சொல்லுங்கள்.

கேமிஃபிகேஷன் என்னும் பெயர் வேண்டுமானால் புதிதாக இருக்கலாம். ஆனால் சிறந்த ஆசிரியர்கள் தங்கள் வகுப்பில் இது போன்ற உத்திகளைப் பலகாலமாக கடைப்பிடித்தே வருகின்றனர். விளையாட்டின் முக்கிய அம்சம் மனம் குவிதல். கற்றலுக்கும் அதுதானே.

15. லக... லக... லக... லக...

சில நேரங்களில் நாமொன்று சொல்லக் குட்டிச்சாத்தான் வேறொன்றைச் செய்யும். ஏன் இவ்வாறு நிகழ்கிறது?

நாமொரு ப்ராம்ப்ட் தருகிறோம். என்ன வேண்டும் என்று தெளிவாகக் குறிப்பிடுகிறோம். ஆனாலும் கு.சாத்தான், ஒரு கல்லூரி மாணவன்போல் செயல்படும். சொன்னதைச் செய்யாது.

நாமும் விடாப்பிடியாகப் ப்ராம்ப்ட்டை மாற்றுவோம். மீண்டும் அதே. கடுப்பாகி "இந்த ஏ.ஐல்லாம் வேஸ்ட் பாஸ்" என்று ஃபேஸ்புக்கில் போஸ்ட்போடக் கிளம்பிவிடுவோம். ஜெனரேட்டிவ் ஏ.ஐ பயன்படுத்துபவர்கள் எதிர்கொள்ளும் முக்கியப் பிரச்னைகளில் இதுவும் ஒன்று.

என்ன செய்யலாம்? ஏதேனும் தந்திரங்கள் உள்ளனவா? இல்லை குட்டிச்சாத்தானும் ஒரு அக்மார்க் கல்லூரி மாணவன் தானா?

"இடது கையால் எழுதும் நபர்" இது ஒரு ட்ரெண்டிங் ப்ராம்ப்ட். பார்ப்பதற்கு அசால்ட்டாகத் தெரியும். ஆனால் கு.சாத்தான்கள் உலகத்தில் அவ்வாறல்ல. ஏன் திடீரென்று இடதுகை எழுத்து மேல் ஆர்வம் என்கிறீர்களா? காரணம் உள்ளது.

ஏஐ ஆக்‌ஷன் சம்மிட் என்று ஒன்று ஃப்ரான்ஸில் நடைபெற்றது. ஏஐயைக் கையாள்வது குறித்த உச்சி மாநாடு. உலகத்தலைவர்கள் பலரும் கலந்துகொண்டனர். பாரதப் பிரதமர் தனது உரையின் தொடக்கத்தில் இவ்வாறு குறிப்பிட்டார்:

ஒரு மருத்துவப் பரிசோதனை அறிக்கையை ஏஐயிடம் கொடுங்கள். அதனை ஏஐ புரிந்துகொள்ளும். அத்துடன் நாம் கேட்கும் வினாக்களுக்கும் விடையளிக்கும். அதேவேளையில் இடது கையால் எழுதும் நபர் ஒருவரின் படத்தை வரையச் சொல்லுங்கள். வலது கையால் எழுதுபவரின் படத்தை ஏஐ வரைந்து தரும்.

முதலாவது செயல் கடினமானது. ஆனால் அதை ஏஐ செவ்வனே செய்துவிடுகிறது. இரண்டாவது எளிதானதுதான். ஆனாலும் செய்ய மறுக்கிறது. என்ன காரணம்?

உடனே எங்கெங்கும் இடது கைநபரை சிருஷ்டிக்கக் கிளம்பினர். விதவிதமாகப் ப்ராம்ப்ட் கொடுத்துப் பார்த்திருக்கிறார்கள். ஆனால் பல்வேறு ஏ.ஐ மாடல்களும் வலது கைக்கே ஆதரவளிக்கின்றன.

இதற்குக் காரணம் "பயாஸ்". சார்புநிலை. அதென்ன பயாஸ்?

ஜெனரேட்டிவ் ஏ.ஐயின் நதிமூலம் டேட்டாசெட். தகவற்களஞ்சியம். அங்கிருந்து தான் எல்லாமும் துவங்குகின்றன. நம் உலகை ஏ.ஐ புரிந்துகொள்வது இந்த டேட்டா செட்களின் வாயிலாகத்தான். நாம் கொடுத்திருக்கும் டேட்டாக்களில் சார்பு நிலை இருக்கலாம். அவ்வாறிருந்தால் ஏ.ஐயின் செயல்பாடும் அத்தகவல்கள் காட்டும் திசைநோக்கியே இருக்கும். இது ஒரு தலைப்பட்சமாக அமையும்.

ஏ.ஐதான் என்றில்லை. மனிதர்களிடம் இல்லாத சார்புநிலையா? ஒரு சின்ன எக்ஸ்பெரிமெண்ட். பேருந்து ஓட்டுநர் ஒருவரைக் கற்பனை செய்து பாருங்கள். செய்துவிட்டீர்களா?

இப்போது ஒரு கேள்வி. உங்கள் மனக்கண்ணில் தோன்றிய ஓட்டுநர் ஆணா இல்லை பெண்ணா? பத்து நபர்களிடம் இக்கேள்வியைக் கேட்டுப்பாருங்கள். பலரும் ஆண் என்றே கூறுவார்கள். ஒரே ஒருவர் பெண் என்று பதிலளிப்பதுகூட அரிது. இது நாம் சிந்திக்கும் முறையில் இருக்கும் பயாஸ்.

நாம் பார்த்த டிரைவர்களில் பெரும்பாலானோர் ஆண்கள் என்பதால் இது நிகழ்கிறது. இதேதான் ஏஐக்கும். அதன் டேட்டாசெட்டின் பெரும்பகுதி வலதுகை பழக்கம் உள்ளவர்கள் தான். ஏஐயின் அடிப்படை ப்ராபப்ளிட்டி. நிகழ்தகவு. கணக்குப் பாடத்தில், நாணயத்தை டாஸ் செய்து தலை விழுமா பூவிழுமா என்று கேட்டு கலவரப்படுத்தினார்களே? அதே நிகழ்தகவுதான்.

ஏஐயும் மக்களாட்சி போலத்தான். பெரும்பான்மை சொன்னால் அதுவே வேதம். சட்டியில் இருப்பதே அகப்பையில்.

நாம் இதுவரை பார்த்தது தகவல் சார்ந்த பயாஸ். டேட்டா பயாஸ். இன்னபிற காரணங்களாலும் பயாஸ் ஏற்பட வாய்ப்புள்ளது. இன்னும் ஒரு உதாரணத்தைப் பார்ப்போம்.

ஜெனரேட்டிவ் ஏஐயிடம் ஒரு கேள்விகேட்கிறீர்கள். அது ஒரு பதில் சொல்கிறது. அப்பதிலை நீங்கள் ஏற்கிறீர்களா இல்லையா என்று சொல்லும் வசதி உள்ளது. சாட்ஜிபிடி, கிளாட் என அனைத்திலும் பதில் குறித்த உங்கள் கருத்தினைத் தெரிவிக்கலாம். இதற்குப் பெயர் ஹ்யூமன் ஃபீட்பேக். இதன் மூலமும் ஏஐ சார்புநிலை அடைகிறது.

ஒரு கூட்டமே ஒன்றைத் தவறென்று சொன்னால் ஏ.ஐ நம்பிவிடுகிறது. அதேபோல சரியென்று சொன்னாலும். எடுப்பார் கைப்பிள்ளையாக உள்ளது. இங்குதான் சிக்கல். இந்த ஃபீட்பேக் மூலமும் பாலினம், மொழி, நாடு, மதம், நிறம் சார்ந்த பல்வேறு சார்புநிலைகள் ஏ.ஐ மாடல்களில் ஊடுருவியுள்ளன.

சில பயாஸ்கள் இயல்பாக நிகழ்கின்றன. சில வேண்டுமென்றே திட்டமிட்டு. ஏஐக்கு இருக்கும் எல்லாச் சார்புநிலைகளையும் ஒரு சராசரி யூஸராக நாம் களையமுடியாது. அதற்காக மனந்தளரத் தேவையில்லை. நாம் செய்யக்கூடியவை சில உள்ளன.

"கூறியது கூறல்" என்று ஒன்றுள்ளது. அதாவது சொன்னதையே திரும்பத் திரும்பச் சொல்லக்கூடாது. ஆனால் இது ஏஐக்குக் பொருந்தாது. ப்ராம்ப்ட்டில் உங்களுக்கு என்ன வேண்டும் என்பதை மீண்டும் மீண்டும் சொல்லுங்கள். வெவ்வேறு வார்த்தைகளில். அவ்வாறு செய்யும்போது ஏ.ஐ நாம் கேட்பதைக் கூடுதல் சிரத்தையுடன் செய்யும்.

"நெகட்டிவ் ப்ராம்ப்ட்டிங்" என்னும் வித்தையையும் பயன்படுத்தலாம். அதாவது ஒரே விசயத்தை பாசிட்டிவாக ஒரு முறை சொல்வது. இன்னும் ஒரு முறை அதையே நெகட்டிவாகச் சொல்வது. "பெண் ஓட்டுநர். ஆண் ஓட்டுர் அல்ல". இதில் முதல் வாக்கியம் பாசிட்டிவ். இரண்டாவது நெகட்டிவ்.

சரி இவ்வாறு சொன்னால் பிரச்னை தீர்ந்துவிடுமா? உறுதியாகச்

சொல்ல முடியாது. இது ஒரு முயற்சி. இறுதியாக, நமக்கிருக்கும் பயாஸை ஏஐக்கு ஏற்றிவிடாமல் இருப்பது. நல்லது செய்தல் ஆற்றீர் ஆயினும் அல்லது செய்தல் ஓம்புமின்.

மனிதர்களிடம் இருக்கும் பயாஸ்கள் குறித்து நீண்ட நெடிய ஆராய்ச்சிகள் நடைபெற்றுள்ளன. நூற்றெண்பது விதமான பயாஸ்கள் மனிதர்களிடம் இருக்கின்றனவாம். இவையனைத்தையும் நாம் ஒவ்வொன்றாக ஏ.ஐயிடம் ஏற்றிவிட்டிருக்கிறோம். கொஞ்சம் கொஞ்சமாக கங்காவைச் சந்திரமுகியாக மாற்றிவிட்டோம். இனி, வேட்டையன் வேடம் போடத் தயாராகவேண்டும்.

16. கேள்வியும் நானே... பதிலும் நானே...

பதில் சொல்வது எளிது. கேள்வி கேட்பது தான் கடினம். சரியான கேள்விகளைக் கேட்கப் பழகிவிட்டாலே எதையுமே எளிதாகக் கற்க முடியும்.

இதுவரையிலான ப்ராம்ப்ட்களில் குட்டிச்சாத்தானிடம் நாம் கேள்வி கேட்டோம். அது பதில் சொன்னது. மாக் இண்டர்வ்யூ மட்டும் இதற்கு விதிவிலக்கு.

இப்போது நாம் கேள்விகளைப் பெறப்போகிறோம்.

கேள்விகளை வைத்துக்கொண்டு என்ன செய்வது? பல்வேறு சூழல்களில் இது கைகொடுக்கும்.

உதாரணமாக, தேர்வுக்குத் தயாராவது. மாணவர்கள் பாடமொன்றைப் படித்துமுடித்த பின், பயிற்சிக் கேள்விகள் தயாரிக்கும் போது எல்.எல்.எம்ல்களைப் பயன்படுத்தலாம்.

ப்ராம்ப்ட்:

"I am a School Student studying tenth standard. You assume the role of a teacher. I am preparing for my upcoming exams. I will submit you a lesson. You have to give me a list of 10 questions from the text I have supplied you."

இந்தப் ப்ராம்ப்ட்டை உங்களுக்கேற்ப கஸ்டமைஸ் செய்துகொள்ளுங்கள். இங்கே நான் *"School student studying tenth standard"* என்று கொடுத்துள்ளேன். அதற்குப் பதிலாக நீங்கள் என்ன படிக்கிறீர்கள் என்று குறிப்பிடுங்கள்.

உங்களுக்குத் தேவைப்படும் கேள்விகளின் எண்ணிக்கையைக் கொடுங்கள்.

ப்ராம்ப்ட்டை ஓடவிட்ட பின், க்ளாடனார் பாடத்தை உள்ளிடச் சொல்வார். நீங்கள் தயாரித்து வைத்திருக்கும் நோட்ஸைக் காப்பி பேஸ்ட் செய்யுங்கள்.

சடசடவெனக் கேள்விப் பட்டியல் வந்துவிடும். இப்போது ஓர் உதாரணம். சென்ற அத்தியாயம் நினைவிருக்கிறதா? அதை இன்புட்டாகக் கொடுத்து க்ளாடனாரிடம் கேள்வி கேட்கச் சொன்னேன். இதோ அவர் தொடுத்த வினாக்கள்.

"நான் பாடப்பகுதியிலிருந்து 10 கேள்விகளை தயார் செய்துள்ளேன். இந்த கேள்விகள் உங்கள் புரிதலை சோதிக்க உதவும்:

1. ஜெனரேட்டிவ் ஏ.ஐ பயன்படுத்துபவர்கள் எதிர்கொள்ளும் முக்கிய பிரச்னை என்ன?
2. ஏஐ ஆக்‌ஷன் சம்மிட்டில் பாரதப் பிரதமர் சுட்டிக்காட்டிய ஏ.ஐயின் இரண்டு செயல்பாடுகள் யாவை?
3. ஜெனரேட்டிவ் ஏ.ஐயின் நதிமூலம் எது? அது எவ்வாறு ஏ.ஐயின் செயல்பாட்டை பாதிக்கிறது?
4. "பயாஸ்" என்றால் என்ன? பேருந்து ஓட்டுநர் உதாரணத்தின் மூலம் விளக்குக.
5. ஹ்யூமன் ஃபீட்பேக் என்றால் என்ன? அது எவ்வாறு ஏ.ஐயில் சார்புநிலையை உருவாக்குகிறது?
6. நெகட்டிவ் ப்ராம்ப்ட்டிங் என்றால் என்ன? ஒரு உதாரணத்துடன் விளக்குக.
7. ஏ.ஐயின் அடிப்படை ப்ராபப்ளிட்டி பற்றி கட்டுரையாசிரியர் என்ன உதாரணம் கொடுத்துள்ளார்?
8. ஏ.ஐயில் காணப்படும் பல்வேறு வகையான சார்புநிலைகளை பட்டியலிடுக.

9. *ஏ.ஐயிடம் நமக்கு தேவையான பதிலைப் பெற ஆசிரியர் கூறும் முக்கிய யோசனை என்ன?*

10. *மனிதர்களிடம் காணப்படும் பயாஸ்கள் குறித்த ஆராய்ச்சியின் முடிவு என்ன? அது ஏ.ஐயுடன் எவ்வாறு தொடர்புடையது?"*

கேள்விகளை நமக்கேற்றவாறு மாற்றியமைக்கலாம். உங்களுக்கு *MCQ (Multiple choice questions)* வகைக் கேள்விகள் வேண்டுமென்றால் ப்ராம்ட்டை இவ்வாறு கொடுங்கள்.

"For the same text now prepare 20 Objective type questions. For each question give four choices out of which only one is the correct answer."

சென்ற அத்தியாயத்திலிருந்து பத்து வினாக்கள் இங்கே கொடுக்கப்பட்டுள்ளன.

"1. ஏ.ஐ ஆக்ஷன் சம்மிட் எங்கு நடைபெற்றது?

a) ஜெர்மனி
b) இங்கிலாந்து
c) ஃப்ரான்ஸ்
d) இத்தாலி

2. ஜெனரேட்டிவ் ஏ.ஐயின் நதிமூலம் எது?

a) இன்டர்நெட்
b) டேட்டாசெட்
c) புரோகிராம்கள்
d) அல்காரிதம்கள்

4. மனிதர்களிடம் எத்தனை விதமான பயாஸ்கள் உள்ளன?

a) நூறு
b) நூற்றி ஐம்பது
c) நூற்றெண்பது
d) இருநூறு

5. ஏ.ஐயின் பதில்களை மதிப்பிடும் முறை எவ்வாறு அழைக்கப்படுகிறது?

a) ஏ.ஐ ஃபீட்பேக்

b) சிஸ்டம் ஃபீட்பேக்
c) ஹ்யூமன் ஃபீட்பேக்
d) டிஜிட்டல் ஃபீட்பேக்

6. நெகட்டிவ் ப்ராம்ப்ட்டிங் என்பது:

a) எதிர்மறையான கேள்விகள் கேட்பது
b) ஒரே விஷயத்தை நேர்மறையாகவும் எதிர்மறையாகவும் சொல்வது
c) தவறான பதில்களை சுட்டிக்காட்டுவது
d) பிழைகளை திருத்துவது

7. பேருந்து ஓட்டுநர் உதாரணம் எதனை விளக்குகிறது?

a) தொழில் பாகுபாடு
b) பாலின பயாஸ்
c) வயது வேறுபாடு
d) திறமை வேறுபாடு

8. ஏ.ஐயிடம் விரும்பிய பதிலைப் பெற:

a) ஒரே முறை கேட்க வேண்டும்
b) கோபப்பட வேண்டும்
c) மீண்டும் மீண்டும் வெவ்வேறு வார்த்தைகளில் கேட்க வேண்டும்
d) புகார் அளிக்க வேண்டும்

9. ஏ.ஐ மாதிரிகளில் காணப்படும் சார்புநிலைகள்:

a) பாலினம் மட்டும்
b) மொழி மட்டும்
c) நிறம் மட்டும்
d) பாலினம், மொழி, நாடு, மதம், நிறம்

10. கட்டுரையின் முடிவில் குறிப்பிடப்படும் உவமை:

a) கங்கா - சந்திரமுகி
b) ராமன் - ராவணன்
c) கண்ணன் - கம்சன்
d) அர்ஜுனன் - கர்ணன்”

இக்கேள்விகளுக்கெல்லாம் சரியான விடை என்னவென்று தெரிகிறதா? இல்லையென்றால் சென்ற பகுதியை மீண்டும் ஒரு முறை வாசிக்கவும்.

கேள்விகளில் பல வகைகள் உள்ளன. ப்ளூம்ஸ் டாக்ஷானமி *(Bloom's Taxonomy)* என்று ஒன்று உள்ளது. அது கேள்விகளைப் பல்வேறு விதங்களாகப் பிரிக்கிறது.

சில கேள்விகளுக்கு, மனப்பாடம் செய்திருந்தாலே பதில் எழுதி விடலாம். இவை முதல் லெவல் கேள்விகள். தேர்வுகளில் இதுபோன்ற கேள்விகள் மட்டுமே கேட்கப்படுவதில்லை.

இதற்கு மேலே பல்வேறு லெவல்கள் உள்ளன. புரிந்து படித்திருந்தால் மட்டுமே பதில் எழுத முடியும் கேள்விகள், படித்ததை ஒரு சூழலுக்குக்கேற்ப பயன்படுத்தத் தெரிந்தால் மட்டுமே பதில் எழுத முடியும் கேள்விகள்.

"ப்ளூம்ஸ் டாக்ஷானமி" என்று கூகுளில் தட்டிப்பாருங்கள். "அட... இதுல இவ்வளவு இருக்கா...?" என்று ஆச்சரியப்படுவீர்கள்.

நமது ப்ராம்ப்ட்டை இவ்வாறு மாற்றினால் எல்லா லெவல்களில் இருந்தும் கேள்விகள் கிடைக்கும்.

ப்ராம்ப்ட்:

"Now make sure that questions cover all the aspects of bloom's taxonomy. distribute the questions evenly among all levels of bloom's taxonomy. next to each question indicate bloom's taxonomy level."

ஒவ்வொரு கேள்விக்கு அருகிலும் அது ப்ளூம்ஸ் டாக்ஷானமியில் எந்த லெவல் என்பதும் குறிப்பிடப்பட்டிருக்கும்.

இவ்வாறு பாடவாரியாக கேள்விகள் தயாரித்து வைத்துக்கொள்வது மாணவர்களுக்கு மிகவும் உதவியாக இருக்கும்.

ப்ராம்ப்ட்டில் ஆளுமை, சூழல் இவற்றையெல்லாம் மாற்றி நமக்குத் தேவைப்படும் வகையிலான கேள்விகளை எளிதில் உருவாக்கலாம்.

"கேள்வில்லாம் ஓகே...,ஆனா பதில் தெரியலன்னா என்ன செய்றது?" வேறென்ன செய்ய... அதையும் குட்டிச்சாத்தானிடமே கேட்க வேண்டியதுதான். "கேள்வியும் நானே... பதிலும் நானே" என சமர்த்தாகச் சொல்லிவிடும்.

17. மனம். மந்திரம். மேப்.

குட்டிச்சாத்தானுக்கு எழுதவும் பேசவும் மட்டும்தான் தெரியுமா? சில நேரங்களில் நமக்கு டெக்ஸ்ட் தவிர வேறு சில வடிவங்களில் பதில்கள் தேவைப்படுமல்லவா? அச்சூழல்களில் குட்டிச்சாத்தானைப் பயன்படுத்த முடியாதா?

கட்டாயம் பயன்படுத்தலாம். அப்படியொரு சினாரியோவைத் தான் தெரிந்துகொள்ளப் போகிறோம்.

க்ளாட், ஜெமினி போன்றவை அடிப்படையில் மொழிமாதிரிகள். சொற்கள்தான் இவற்றின் பலம். "அப்ப படம் வராதா?" என்றால் வரும். படம் மட்டுமல்ல. பல்வேறு விதங்களில் இவற்றிலிருந்து அவுட்புட்களைப் பெறலாம்.

சில உத்திகளின் மூலம் குட்டிச்சாத்தான்களை வசியம் செய்ய இயலும். டெக்ஸ்ட் அல்லாத பிற வடிவங்களை உருவாக்க முடியும். அவ்வாறான ஒரு வடிவத்தை இந்த அத்தியாயத்தில் தெரிந்துகொள்வோம்.

மைண்ட் மேப் என்றொன்று இருக்கிறது. கூகுள் மேப் தெரியும்... அதென்ன மைண்ட்மேப்?

எந்தவொரு விஷயத்தையும் எளிதாகப் புரிந்துகொள்ள மைண்ட் மேப் உதவும். நமது மனதில் இருக்கும் ஐடியாவையோ, திட்டத்தையோ வரைபடமாகக் காட்சிப்படுத்த மைண்ட்மேப்பைப் பயன்ப்டுத்தலாம்.

ஒரு கட்டுரை எழுத விரும்புகிறீர்கள் என்றால் அதில் என்னவெல்லாம் வரப்போகிறது என்று மைண்ட்மேப்பில் ஒரு அவுட்லைன் போட்டுக்கொள்ளலாம். இவ்வாறு செய்வதன் மூலம் நமக்கே நாம் செய்யவிருக்கும் செயல் குறித்த தெளிவு கிடைக்கும்.

எழுதுவதற்குத்தான் என்றில்லை. எல்லா வகையான திட்டங்களுக்கும் மைண்ட்மேப்களைப் பயன்படுத்தலாம். மைண்ட்மேப் போடுவதன் மூலம் நமக்குக் கிடைக்கும் மற்றுமொரு பலன், நமது திட்டத்தில் எங்கெல்லாம் ஓட்டைகள் இருக்கிறதென்று விளங்கும். இதனால் நமது திட்டத்தை மேலும் செம்மைப்படுத்தலாம். இவற்றை உருவாக்க நிறைய சாஃப்ட்வேர்கள் இருக்கின்றன. சில ஆன்லைனில் வேலை செய்யும். டவுன்லோட் செய்து பயன்படுத்தும் சாஃப்ட்வேர்களும் உண்டு.

கு.சாத்தான்களுக்கும் மைண்ட் மேப்பிற்கும் என்ன சம்பந்தம் என்று கேட்டால்... இருக்கிறது. இவை நேரடியாக மைண்ட் மேப் உருவாக்காது. ஆனால் மைண்ட்மேப் வரையும் மந்திரத்தை நமக்குத் தரும்.

கணினித் துறையில் "ஆல் இன் ஆல் அழகு ராஜா" என்று ஒன்று கிடையாது. ஒரு செயலைச் சிறப்பாகச் செய்ய ஒன்றுக்கு மேற்பட்ட சாஃப்ட்வேர்களைப் பயன்படுத்த வேண்டியிருக்கும். அவை ஒன்றோடொன்று இணைந்து செயல்படும்போது சிறப்பாக வேலை முடியும். இதை "இண்டராப்ரப்ளிட்டி" *(Interoperability)* என்கிறார்கள். நாம் ஒத்திசைவு என்று புரிந்துகொள்ளலாம்.

மைண்ட்மேப்களை உருவாக்க மெர்மெய்ட் *(Mermaid)* என்றொரு அப்ளிகேஷன் இருக்கிறது. இங்கு நான் குறிப்பிடும் மெர்மெய்ட் என்பது கடற்கன்னி அல்ல. இது ஒரு ஆன்லைன் அப்ளிகேஷன். வகைவகையான படங்களை உருவாக்க உதவுகிறது. ஃப்ளோசார்ட், க்ளாஸ் டயகிரம் எனப் பல்வேறு விதமான படங்களை உருவாக்கலாம்.

இந்தக் கடற்கன்னியோடு சேர்ந்துதான் குட்டிச்சாத்தான் மைண்ட்மேப்பை உருவாக்கப்போகிறது. மைண்ட்மேப் உருவாக்குவதற்கான ப்ராம்ப்டை ஓர் உதாரணத்துடன் பார்ப்போம். ஒரு புத்தகம். அதன் சம்மரியை நாம் மை.மேப்பாக உருவாக்க இருக்கிறோம். அதற்கான ப்ராம்ப்ட் இதோ:

“Hi... help me create mark down code for a mind map with the summary of the book Atomic habits. Keep it factually correct. Adhere to the book. Don’t hallucinate. Keep it detailed.”

இதில் *Atomic Habits* என்பதற்குப் பதிலாக நீங்கள் விரும்பும் நூலின் பெயரைக் கொடுங்கள்.

சாட்ஜிபிடியில் இந்தப் ப்ராம்ப்ட்டை ஓடவிடுங்கள். அது ஒரு கோட் *(code)* விண்டோவை உருவாக்கும். கடகடவெனப் ப்ரோக்ராம் போன்ற ஒன்றைக் கொடுக்கும். பயங்கொள்ளலாகாது. அதை அப்படியே காப்பி செய்து கொள்ளுங்கள்.

ப்ராம்ப்ட்டில் “மார்க் டவுன்” என்று குறிப்பிட்டுள்ளோம். இது ஒருவிதமான குறியீட்டு மொழி. எளிதாகப் புரிந்துகொள்வதானால் *HTML* போல என்று வைத்துக்கொள்ளுங்கள். அண்மைக் காலத்தில் இந்த மார்க் டவுன் மிகவும் பிரபலமாகியுள்ளது. இதன் மூலம் டெக்ஸ்ட் ஃபார்மெட்டிங் செய்வது தொடங்கி விதவிதமான வித்தைகள் காட்டலாம்.

மார்க் டவுன் புரியவில்லை என்றாலும் பிரச்னையில்லை. கடற்கன்னியின் வாழிடத்திற்குச் *(https://mermaid.live/)* செல்லுங்கள். அங்கே சென்று இதைப் பேஸ்ட் செய்தால் போதும். மைண்ட்மேப் வந்துவிடும்.

உங்களுக்கு வேறுவகையான பொம்மை வேண்டுமென்றால், “டோண்ட் வொர்ரி...” நிறைய விதமான படவகைகள் உள்ளன.

கடற்கன்னி கொடுத்த மைண்ட்மேப்பை உங்கள் விருப்பத்திற்கேற்ப எடிட் செய்யவும் முடியும்.

எனக்கு கடற்கன்னி பிடிக்கவில்லை என்போர்க்கு வேறு சில ஆப்ஷன்களும் இருக்கின்றன. இவற்றுள் *Markmap* சிறப்பானது. இங்கே *(https://markmap.js.org/)* கிடைக்கும். டவுன்லோட் செய்ய வேண்டிய தேவையில்லை. உங்கள் ப்ரவ்சரிலேயே மைண்ட்மேப் போட்டுவிடலாம். *Atomic Habit* நூலின் மைண்ட்மேப் இதோ.

புத்தகத்திற்கான சம்மரிதான் என்றில்லை. இன்னபிற செயல்களுக்கும் இதைப் பயன்படுத்தாலாம். மாணவர்கள் பாடங்களை எளிதில் புரிந்துகொள்ள மை.மேப் சிறந்த கருவி. ஒரு பாடத்திற்கான நோட்ஸை க்ளாடனாரிடம் கொடுங்கள்.

மைண்ட்மேப்பாக மாற்றித் தரச் சொல்லுங்கள். இதுபோல நிறைய மேப்களை உருவாக்கி வைத்துக்கொண்டால் தேர்வு நேரங்களில் மிகவும் பயனுள்ளதாக இருக்கும்.

சாட்ஜிபிடியை விட க்ளாட் ஒருபடி மேல். மார்க்டவுனை அதுவே புரிந்துகொண்டு மைண்ட்மேப்பை உருவாக்கிக்காட்டும்.

"அப்ப எல்.எல்.எம்க்கு டெக்ஸ்ட் மட்டும்தான் தெரியும்ன்னு சொன்னீங்களே...?" லேட்டஸ்ட் வெர்ஷன்களில் அவை பலவிதமான ப்ரோக்ராமிங் கோட்களை இயக்கக் கற்றுக்கொண்டுள்ளன. அவ்வரிசையில் மார்க்டவுனும் அடக்கம். ப்ராம்ப்ட் மூலம் மார்க்டவுன் கோட். அதை எக்ஸிக்யூட் செய்து மைண்ட்மேப். இரண்டு படிகளையும் கடந்து நமக்கு அவுட்புட்டைக் கொடுத்துவிடுகின்றன.

மைண்ட்மேப் போடுங்கள். உங்கள் மனக்கண்ணில் மட்டும் தெரிவதை மானிட்டரிலும் தெரியுமாறு செய்யலாம்.

18. மனதின் கண்ணாடி

குட்டிச்சாத்தான் நம் வேலைகளை இலகுவாக்குகிறது. ஆனால் வேலை மட்டுமா வாழ்க்கை? மனதை மகிழ்வாக வைத்திருப்பதும் அவசியம். அதற்கான பொழுதுபோக்கிற்கும் குட்டிச்சாத்தான்களைப் பயன்படுத்த முடியும். அப்படியொரு ப்ராம்ப்டைத்தான் தெரிந்துகொள்ளப் போகிறோம்.

என்ன பொழுதுபோக்கு? முன்னர் தொலைக்காட்சி நிகழ்ச்சி ஒன்று வந்தது. அந்நிகழ்ச்சியை நடத்திய நபர் காண்போர் பலரையும் வியக்கவைத்தார்.

நிகழ்ச்சியின் வடிவம் இவ்வாறிருந்தது: நிகழ்ச்சியில் கலந்துகொள்ளும் போட்டியாளர் தன் மனதில் ஒரு நபரை நினைத்துக்கொள்ள வேண்டும். நிகழ்ச்சியை நடத்தும் மாஸ்டர் அடுத்தடுத்து சில கேள்விகளைக் கேட்பார். அக்கேள்விகளுக்குப் போட்டியாளர் சொல்லும் பதில்களின் அடிப்படையில், அவர் மனதில் நினைத்திருந்த நபர் யாரென்று கண்டுபிடித்துச் சொல்வார்.

இந்நிகழ்ச்சி தொலைக்காட்சியில் வந்தபொழுது பெரும் வரவேற்பைப் பெற்றது. பார்த்துக்கொண்டிருந்தவர்கள் பலரும் தாங்களும் அந்நபர் யார் என்பதைக் கணிக்க முயன்றனர். இந்த ஈடுபாடு காரணமாக நிகழ்ச்சி களை கட்டியது.

“நல்லாருக்கே... பட் அந்த மாஸ்டர எங்க தேடுறது...?” என்று சிந்திக்கத் தேவையில்லை. நம்மிடம்தான் ஒரு சகலகலா மாஸ்டர் இருக்கிறார் அல்லவா? யாரா...? கிளாடனார்தான்.

அவரை மாஸ்டராக வைத்தே இதை விளையாடலாம். அதற்கான ப்ராம்ப்ட் இதோ:

ப்ராம்ப்ட் :

“Hey Claude, let's play a game of 20 Questions! I'll think of something, and you have to guess what it is by asking me up to 20 yes-or-no questions. I'll answer each question truthfully. Once you think you know what it is, you can make a guess. Let's see if you can figure out what I'm thinking of!”

தமிழில்:

“வணக்கம். இது ஒரு விளையாட்டு. நான் ஒரு பொருளை நினைத்துக் கொள்கிறேன். நீங்கள் அதிகபட்சம் 20 ஆம்/இல்லை கேள்விகளைக் கேட்டு அது என்னவென்று கண்டுபிடிக்க வேண்டும். ஒவ்வொரு கேள்விக்கும் நான் உண்மையாகப் பதிலளிப்பேன். உங்களுக்கு தெரிந்துவிட்டது என்று நினைத்தால், நீங்கள் ஊகிக்கலாம். நான் நினைக்கும் பொருளை உங்களால் கண்டுபிடிக்க முடியுமா என்று பார்ப்போம்!”

இந்த ப்ராம்ப்ட் ஓர் ஆட்டத்தைத் தொடங்கும். நீங்கள் ஏதேனும் ஒன்றை மனதில் நினைத்துக்கொள்ள வேண்டும். நபராகத்தான் இருக்க வேண்டும் என்று அவசியமில்லை. எதுவாகவும் இருக்கலாம்.

இருபது கேள்விகள். ஆம் அல்லது இல்லை வகைக் கேள்விகள் தான். ஒவ்வொன்றாகக் கிளாடனார் கேட்பார். நாம் ஆம் / இல்லை என்று பதிலளிக்க வேண்டும். பொய் சொல்லக்கூடாது.

இருபது என்பது உட்சபட்சக் கேள்விகளின் எண்ணிக்கை. அதற்குள்ளாகவே கண்டறிந்துவிட்டால் பதில் சொல்லிவிடும்.

நான் முயன்று பார்த்தபோது, கிளாடனார் தனது கேள்விகளை அடுத்தடுத்து அடுக்கிய விதம் ஆர்வமூட்டுவதாக இருந்தது. சில சமயங்களில் அவரால் கண்டறிய முடியாமலும் போனது. எல்லா முறையும் ஒருவரே வென்றால் சுவாரசியமாக இருக்காதல்லவா.?

விளையாட்டில் வெற்றிகளைப் போலவே தோல்விகளும் அவசியம்.

ஒரு சாம்பிள் விளையாட்டு இதோ:

கிளா: வணக்கம்! சரி, 20 கேள்விகள் விளையாட்டை விளையாடுவோம். நீங்கள் ஒரு பொருளை நினைத்துக் கொண்டிருக்கிறீர்கள். அதைக் கண்டுபிடிக்க நான் கேள்விகளைக் கேட்கத் தொடங்குகிறேன்.

இது ஓர் உயிருள்ள பொருளா?

பதில்: இல்லை

கிளா: நன்றி! அடுத்த கேள்வி:

இது ஒரு வீட்டுப் பொருளா (வீட்டிற்குள் வைக்கப்படுவதா)?

பதில் : ஆம்

கிளா: நன்றி! இது வீட்டிற்குள் வைக்கப்படும் உயிரற்ற ஒரு பொருள்.

இந்தப் பொருளை உணவு தயாரிக்கப் பயன்படுத்துவார்களா?

பதில்: இல்லை.

கிளா: நன்றி! உணவு தயாரிப்புக்கு இந்தப் பொருள் பயன்படுத்தப்படுவதில்லை.

இந்தப் பொருள் மின்சாரத்தில் இயங்குமா?

பதில்: இல்லை.

கிளா: நன்றி! மின்சாரம் இல்லாமல் இயங்கும் வீட்டுப் பொருள்.

இந்தப் பொருளை உட்காரப் பயன்படுத்துவார்களா?

பதில்: இல்லை.

கிளா: நன்றி! உட்காரப் பயன்படுத்தப்படாத பொருள்.

இந்தப் பொருளை அலங்காரத்திற்காகப் பயன்படுத்துவார்களா?

பதில்: இல்லை.

கிளா: நன்றி! அது அலங்காரப் பொருளும் இல்லை.

இந்தப் பொருள் ஏதேனும் தகவல் அல்லது பொருட்களைச் சேமித்து வைக்கப் பயன்படுகிறதா?

பதில்: இல்லை.

கிளா: நன்றி! தகவல் அல்லது பொருட்களை சேமிக்கப் பயன்படும் ஒரு வீட்டுப் பொருள்.

இந்தப் பொருளில் துணிமணிகள் சேமிக்கப்படுகிறதா?

பதில்: இல்லை.

கிளா: நன்றி! துணிமணிகளைச் சேமிக்காத பொருள்.

இந்தப் பொருளில் புத்தகங்கள் சேமிக்கப்படுகிறதா?

பதில்: ஆம்.

கிளா: நன்றி! புத்தகங்களைச் சேமிக்கும் பொருள்.

இது அலமாரி அல்லது புத்தக அலமாரி (bookshelf)யா?

பதில்: ஆம்.

கிளா: மிகவும் நன்று! அப்படியென்றால் நான் நினைப்பது சரிதான்.

இது ஒரு புத்தக அலமாரி (bookshelf) என்று நான் ஊகிக்கிறேன்!

இது ஓர் உயிரற்ற வீட்டுப் பொருள், மின்சாரம் இல்லாமல் இயங்குகிறது, உட்காரப் பயன்படுத்தப்படுவதில்லை, அலங்காரத்திற்காக மட்டும் வைக்கப்படுவதில்லை, புத்தகங்களைச் சேமித்து வைக்கப் பயன்படுகிறது. இவை அனைத்தும் புத்தக அலமாரியின் பண்புகள்.

என் ஊகம் சரியா?

பதில்: ஆம்.

கிளா: அருமை! என் ஊகம் சரியாக இருந்தது!

புத்தக அலமாரியை 10 கேள்விகளில் கண்டுபிடித்துவிட்டேன். படிப்படியாக முன்னேறி, முதலில் அது உயிரற்ற பொருள் என்பதை அறிந்து, பின்னர் வீட்டுக்குள் பயன்படுத்தப்படும் பொருள் என்று தெரிந்துகொண்டேன். சேமிப்பு நோக்கம் கொண்டது என்பதைக் கண்டறிந்த பிறகு, அது புத்தகங்களுக்கானது என்பதைக் கண்டுபிடித்தேன்.

மீண்டும் விளையாட விரும்பினால், வேறொரு பொருளை நினைத்துக்கொள்ளுங்கள். அல்லது வேறு ஏதேனும் விளையாட விரும்பினாலும் சொல்லுங்கள்!

கிளாடனாரை விடுங்கள். உங்களால் கண்டறிய முடிந்ததா? ஆம் எனில் எத்தனை கேள்விகளில்?

இருபது கேள்விகள் வேண்டாம். பத்துபோதும் என்றாலும் அதற்கேற்ப ப்ராம்ப்ட்டை மாற்றிக்கொள்ளுங்கள். ஆம், இல்லை என்னும் வகையில் இல்லாமல் நாமே வேறு வார்த்தைகளில் பதிலளிக்குமாறும் வடிவமைக்கலாம். சிறிய மாற்றம்தான். ப்ராம்ப்ட்டில் இருக்கும் *"yes-or-no"* என்னும் வார்த்தையை நீக்கிவிடுங்கள்.

இந்த விளையாட்டில் ஒரே ஒரு சிக்கல் உள்ளது. கிளாடானர் ஒரு குறிப்பிட்ட நேரத்திற்குள் எத்தனை முறை கேள்வி கேட்கவோ அல்லது பதில் சொல்லவோ முடியும் என்றொரு எல்லை இருக்கிறது. இலவசமாகப் பயன்படுத்தும்போது. தொடர்ந்து இந்த விளையாட்டில் கேள்விகளைக் கேட்டுக்கொண்டே இருப்பதால் அந்த எல்லையை நாம் விரைவாகவே எட்டிவிடுவோம். பிறகு வாசல் திறக்கும் வரை காத்திருக்கவேண்டும்.

இந்த ஆட்டத்தை சாட்ஜிபிடியாரிடமும் விளையாடலாம். நான்காம் தலைமுறை மூளையோடு *(GPT-4o)* ஆடும் போது அபாரமாகக் கெஸ் செய்கிறது. மூன்றரை மூளை *(GPT3.5)* கொஞ்சம் மந்தம் தான்.

இருந்தாலும், ரீல்ஸ் வீடியோ பார்ப்பதை விட, சோசியல் மீடியாவில் வீண் சண்டை செய்வதை விட இந்த ஆட்டம் எவ்வளவோ மேலானது.

உங்கள் மனதில் என்ன இருக்கிறதென்று குட்டிச்சாத்தானால் சொல்லமுடிகிறதா என்று பாருங்கள்.

19. மந்திரச்சாவி

குட்டிச்சாத்தானின் சிறப்பு அதன் தகவமைவு. நமது தேவைக்கேற்ப அதை மாற்றிக்கொள்ள முடிவது. பொதுவாக எந்தவொரு அறிவியல் கண்டுபிடிப்பும் ஒரு குறிப்பிட்ட சிக்கலைத் தீர்ப்பதாக இருக்கும். ஆனால் அரிதாக ஓரிரு கண்டுபிடிப்புகள், பொதுவான பல்வேறு சிக்கல்களைத் தீர்ப்பதற்கு உதவும். உதாரணமாக மின்சாரம். அதுபோலவே ஏ.ஐயும்.

சிக்கல்களைச் சாஃப்ட்வேர்காரர்கள் “பெய்ன் பாய்ண்ட்ஸ்” *(pain points)* என்பார்கள். அதாவது நாம் எதிர்கொள்ளும் எந்தப் பிரச்னையை இந்தச் சாஃப்ட்வேர் தீர்க்கப்போகிறது என்பதே பெய்ன் பாய்ண்ட்.

சாட்ஜிபிடியைப் பொருத்தவரை ஆரம்பத்தில் ஒரு சாதாரண “சாட் பாட்”டாகத்தான் தொடங்கியது. ஆனால் அடுத்தடுத்த வெர்ஷன்கள் வரவர நாம் எதிர்பார்த்திராத பலப்பல புதிய வசதிகள் வரத்தொடங்கின. சாட்ஜிபிடியிடம் கேள்வி கேட்கிறோம். அது பதில் சொல்கிறது. இதை மட்டுமே செய்தால் நாம் சாட்ஜிபிடியைச் சரியாகப் பயன்படுத்தவில்லை என்று பொருள்.

அது நமக்காகப் பல்வேறு விதமான செயல்களைச் செய்து தரத் தயாராக இருக்கிறது. அப்படியொன்றைத்தான் இப்போது பார்க்கவிருக்கிறோம். சாட்ஜிபிடியை நாம் “லினக்ஸ் டெர்மினல்” போல மாற்றப்போகிறோம். லினக்ஸ் டெர்மினல் என்பது லினக்ஸ்

ஆப்பரேட்டிங் சிஸ்டத்திற்கான கட்டளைகளை இயக்குமிடம். விண்டோஸ்காரர்கள் "கமாண்ட் ப்ராம்ப்ட் *(c:\>_)*" என்று புரிந்துகொள்ளலாம்.

"அப்டி ஏன் மாத்தனும்...?" என்றால் காரணம் இருக்கிறது. நம்மூரில் பொதுவாக விண்டோஸ் பயனாளர்கள்தான் அதிகம். தவறொன்றுமில்லை. ஆனால் பிற ஆப்பரேட்டிங் சிஸ்டங்களையும் முயன்று பார்ப்பது சிறப்பு. குறிப்பாகக் கம்ப்யூட்டர் சயின்ஸ் மாணவர்களுக்கு இது இன்றியமையாதது.

லினக்ஸ் பயில அதை இன்ஸ்டால் செய்ய வேண்டும். இதில் சிலருக்குத் தயக்கம் இருக்கும். இருந்தாலும் லினக்ஸ் டெர்மினலில் வேலை செய்ய வேண்டும் என்ற ஆர்வமும் இருக்கும். இது போன்ற சூழலில் நாம் சாட்ஜிபிடியைத் துணைக்கழைக்கலாம்.

சாட்ஜிபிடியை லினக்ஸ் டெர்மினல் போல மாற்றுவதற்கான ப்ராம்ப்ட் இதோ:

"Hi ChatGPT! I want you to simulate a Linux terminal. When I provide commands, reply with the output of those commands as it would appear in a Linux terminal. Only include the terminal output within a code block and nothing else. Do not include explanations or additional text. If I need to provide instructions or ask questions in plain text, I will enclose them in curly brackets {like this}. Start by showing the terminal prompt."

இந்த ப்ராம்ப்ட்டை இயக்கியபின், நீங்கள் லினக்ஸ் கட்டளைகளைக் கொடுக்கலாம். "எனக்கு லினக்ஸ் கமாண்ட் எதுவும் தெரியாதே..." என்றாலும் பிரச்னையில்லை. நீங்கள் சாட்ஜிபிடியிடம் உதவி கேட்கலாம். அவ்வாறு கேட்கும்போது, அதை இந்தவகை *{ }* அடைப்புக்குறிக்குள் கொடுக்கவேண்டும்.

விண்டோஸிலேயே, லினக்ஸ் சப் சிஸ்டம் என்றொன்று இருக்கிறது. அதிலும் முயன்று பார்க்கலாம். ஆனால் சாட்ஜிபிடியைப் பயன்படுத்தும் போது, லினக்ஸ் கட்டளைகளில் ஏதேனும் ஐயம் என்றால் உடனடி உதவி பெறலாம். லினக்ஸ் டெர்மினல்தான் என்றில்லை. சாட்ஜிபிடியை நாம் பல்வேறு விதங்களில் மாற்ற இயலும். உதாரணமாக எக்ஸெல் போன்றதொரு ஸ்ப்ரெட்ஷீட்டாக அதை மாற்ற இயலும். அதற்கான ப்ராம்ப்ட்:

"I want you to simulate a simple spreadsheet. You will provide the output of the spreadsheet in text format, showing row numbers and column letters (A to L). Start with an empty sheet. When I provide data or formulas, update the spreadsheet accordingly and reply only with the updated text-based spreadsheet, without explanations. The first row will be the header with column letters, and the first column will be for row numbers."

எக்ஸலில் உள்ள எல்லாவற்றையுமே இது செய்யுமா என்றால், கட்டாயம் செய்யாது. பிறகு, இது எதற்கென்றால், சாட்ஜிபிடியை வெவ்வேறு வடிவங்களுக்குக் கஸ்டமைஸ் செய்யமுடியும் என்று அறிந்துகொள்ளவே.

சாட்ஜிபிடிதான் என்றில்லை. பிற எல்.எல்.எம்களும் இதைச் செய்யும். க்ளாட் போன்ற மொழிமாதிரிகள் அதிவிரைவாக வளர்ந்து வருகின்றன. அவற்றை வெறுமனே கேள்வி கேட்டுப் பதில் பெற மட்டுமே பயன்படுத்துவது ஆரம்ப நிலை. இக்கருவிகளை ஒரு வல்லுநர் போலப் பயன்படுத்த வேண்டுமெனில் இத்தோடு நின்றுவிடக்கூடாது.

இந்த அத்தியாயத்தில் இரண்டு உதாரணங்கள் தரப்பட்டிருக்கின்றன. லினக்ஸ் டெர்மினலாக மாற்றுவது ஒன்று. ஸ்ப்ரெட்ஷீட்டாக மாற்றுவது இரண்டாவது. நீங்கள் விரும்பும் வடிவத்திற்கு எல். எல்.எம்களை மாற்ற இயலும்.

திருத்தமாகப் ப்ராம்ப்ட் எழுதக் கற்றுக்கொள்வதே இம்மாய உலகிற்குள் நுழைய உதவும் மந்திரச்சாவி.

ஏ.ஐ வசியம் சொற்களால் ஆனது. ஒவ்வொரு சொல்லிற்கும் பிரத்தியேகமான எதிர்வினை உண்டு. தொடர்ந்து எல்.எல். எம்களுடன் உரையாடுவதன் மூலமே இவ்வித்தை கைவசமாகும்.

தொடக்கத்தில் நாமொன்று சொல்ல அதுவொன்று செய்ய என்று வேடிக்கையாகத் தான் இருக்கும். தொடர்ந்து முயலும் போது ஒரு புள்ளியில் "இதுதான்" என்று கண்டுகொள்வீர்கள். அப்புள்ளியைச் சட்டென்று அடையப் பரமபத ஏணிகள் இல்லை. தொடர் முயற்சி ஒன்றுதான் வழி.

நிச்சயம் ஏ.ஐ வசப்படும். ஊக்கமது கைவிடேல்.

20. ஏறுமுகத்தில் ஏஐ

பதிலின் தன்மை சொல்லப்படும் தொனியில் உள்ளது. ஒரே பதிலைப் பல்வேறுவிதங்களாகச் சொல்லமுடியும். நண்பருக்கு நாம் எழுதும் கடிதமும், அரசு அதிகாரி ஒருவருக்கு எழுதும் விண்ணப்பமும் வெவ்வேறு மொழிநடைகளில் இருக்குமல்லவா?

சாட்ஜிபிடி, க்ளாட் போன்ற எல்.எல்.எம்களிலும் இது போன்ற மொழிநடை மாற்றத்தைக் கொண்டுவரமுடியும். நீங்கள் எந்தத் தொனியில் பதிலை எதிர்பார்க்கிறீர்கள் என்று ப்ராம்ப்ட்டில் கூறிவிட்டால்போதும். மற்றதைக் குட்டிச்சாத்தான் பார்த்துக்கொள்ளும்.

ப்ராம்ப்ட்களில் இதை "டோன்" *(tone)* என்கிறார்கள். நமக்கு எந்த டோனில் பதில் வேண்டுமென்பதைக் குறிப்பிடமுடியும். ப்ராம்ப்ட்டின் ஐந்து பாகங்களில் டோன் என்பதும் ஒன்று என்று ஏற்கனவே பார்த்திருந்தோம். இந்த அத்தியாயத்தில் பல்வேறு விதமான டோன்கள் குறித்துத் தெரிந்துகொள்வோம்.

"ஃபார்மல்" என்றொரு டோன் உள்ளது. இது அலுவலக நடைமுறைகளில் பயன்படுத்தப்படும் டோன். பாடப்புத்தகங்களும் இந்த ஃபார்மல் டோனில்தான் இருக்கும். எங்கெல்லாம் உணர்வை விட செய்தி முக்கியமோ அங்கெல்லாம் ஃபார்மல் டோன்.

ப்ராம்ப்ட் : *"You are a market analysis expert. Please provide an analysis of the economic factors influencing the stock market."*

கிளாடனார் இதற்களித்த பதில் இதோ:

"பொருளாதார காரணிகள் பங்குச் சந்தையை பல வழிகளில் பாதிக்கின்றன, முக்கியமாக வட்டி விகிதங்கள், பணவீக்கம், மற்றும் வேலைவாய்ப்பு தரவு ஆகியவை முதலீட்டாளர்களின் முடிவுகளை வடிவமைக்கின்றன. பொருளாதார வளர்ச்சி தரவு சிறப்பாக இருக்கும்போது, நிறுவனங்கள் அதிக லாபம் ஈட்டுவதற்கான வாய்ப்புகள் அதிகரிக்கின்றன, இது பங்குகளின் மதிப்பை உயர்த்துகிறது.

மத்திய வங்கிகளின் கொள்கை முடிவுகள், குறிப்பாக உயர் வட்டி விகிதங்கள், முதலீட்டாளர்களுக்கு பாதுகாப்பான கடன் முதலீடுகளை அதிக கவர்ச்சிகரமாக்குவதன் மூலம் பங்குச் சந்தையை எதிர்மறையாக பாதிக்கலாம். உலகளாவிய வர்த்தக பதற்றங்கள், அரசியல் நிகழ்வுகள் மற்றும் எதிர்பாராத பொருளாதார நெருக்கடிகள் ஆகியவை சந்தை வாய்ப்புகள் மற்றும் முதலீட்டாளர்களின் உணர்வுகளில் குறிப்பிடத்தக்க தாக்கத்தை ஏற்படுத்தும்.

துறை சார்ந்த போக்குகள் மற்றும் புதிய தொழில்நுட்பங்கள் போன்ற நீண்ட கால அமைப்பு காரணிகள் குறிப்பிட்ட துறைகளில் வெற்றி அல்லது தோல்வியை தீர்மானிக்கலாம், அதேசமயம் முதலீட்டாளர்களின் உணர்வுகள் குறுகிய கால சந்தை இயக்கங்களில் முக்கியப் பங்கு வகிக்கின்றன."

பழைய காலத்து டாக்குமெண்டரி ரீல் பார்த்தது போல் இருக்கிறதா? இதே பதிலை வெவ்வேறு டோன்களுக்கு மாற்றிப்பார்ப்போம்.

"ஃப்ரண்ட்லி" டோனில் பதில் சொல்லுமாறு ப்ராம்ப்ட்டை மாற்றலாம். குட்டிச்சாத்தான் வழங்கும் பதில் ஓர் அணுக்கமான மொழியில் இருக்கும். சரளமாக உங்கள் நண்பருடன் உரையாடுவதைப் போல.

"ப்ராம்ப்ட் : *"You are a market analysis expert. Please provide an analysis of the economic factors influencing the stock market. Pls respond in a friendly tone."*

“நண்பா, உனக்கு பங்குச் சந்தை பற்றிச் சுருக்கமா சொல்றேன், கேளு.

மொதல்ல, வட்டி விகிதங்கள், பணவீக்கம், வேலைவாய்ப்பு எல்லாமே பங்குச் சந்தையைப் பாதிக்குது - இது எல்லா முதலீட்டாளர்களையும் நிறையவே ஆட்டிப் படைக்குது.

நாட்டோட பொருளாதாரம் நல்லா இருக்கும்போது, நிறுவனங்களுக்கு லாபம் அதிகமாகும், அப்போ பங்குகளின் விலை உயரும் - கொஞ்சம் விளங்குதா?

ஆனா பாரு, மத்திய வங்கிகள் வட்டி விகிதத்த உயர்த்தினா, ஜனங்க பாதுகாப்பான முதலீடுகளுக்கு ஓடிடுவாங்க, அப்போ பங்குச் சந்தை தடுமாறலாம்.

அரசியல் பிரச்சனைகள், வர்த்தகப் பதற்றங்கள் எல்லாம்கூட பங்குச் சந்தையில் அலைகள எழுப்பும் - அதெல்லாம் சும்மா ஒரே குழப்பம்தான்!

இந்த காலத்துல தொழில்நுட்ப மாற்றங்கள் கூட எந்த நிறுவனம் வெற்றி பெறும்னு முடிவு செய்யுது. கவலைப்படாத, நீண்ட காலமா முதலீடு செஞ்சா பெரும்பாலும் லாபம் கிடைக்கும்!”

அதே பதில்தான் இப்போதும் வந்துள்ளது. ஆனால் சொல்லப்பட்டிருக்கும் விதம் மாறியுள்ளது.

இதையே கொஞ்சம் நகைச்சுவையான டோனுக்கு மாற்றிப் பார்க்கலாம். அதே ப்ராம்ப்டைக் கொடுத்து “*humorous tone*” என்று கொடுத்துவிடுங்கள்.

கிளாடனாரின் ஹ்யூமர் முயற்சி:

“பங்குச் சந்தை பகுப்பாய்வா? அடடா, பொருளாதார காரணிகள் பங்குச் சந்தையை ஆட்டிப்படைக்கும் விதத்தைப் பார்க்க நகைச்சுவை நாடகம் போலவே இருக்கிறது!

வட்டி விகிதங்கள் உயரும்போது முதலீட்டாளர்கள் சட்டைப் பையைப் பிடித்துக்கொண்டு ஓடுவதைப் பார்த்திருக்கிறீர்களா? பணவீக்கம் என்ற பேய் வந்தால், பங்குச் சந்தை கதறி அழுவதை பார்க்கலாம் - அது ஒரு தமிழ் டீவி சீரியல் சோகக் காட்சியை விடக் கொடுமையானது!

வேலைவாய்ப்பு தரவு நல்லதாக இருந்தால், பங்குச் சந்தை திடீரெனக் குதிக்கும் - அது குட்டிக் குழந்தைக்கு மிட்டாய் கொடுத்தது போல!

உலக அரசியல் பதற்றங்கள் என்றால், சந்தை ஒரு நடன மாது போல அங்கும் இங்கும் ஆடுகிறது, யாருக்கும் புரியாத தாளத்தில்!

இறுதியாக, நீண்டகால முதலீட்டாளர்கள் இந்த எல்லா கூத்தையும் பார்த்து சிரித்துக்கொண்டே இருக்கிறார்கள், ஏனென்றால் அவர்களுக்குத் தெரியும் - பங்குச் சந்தை என்பது உண்மையில் ஒரு பெரிய கலைநிகழ்ச்சிதான்!"

"எங்க சிரிப்பே வரல...?" என்றால் கம்பெனி பொறுப்பாகாது. மொழிநடையில் வந்துள்ள மாற்றத்தை மட்டும் கவனித்துக் கொள்ளுங்கள்.

இதையே கிண்டலும் கேலியும் கலந்த "சர்காஸ்டிக்" டோனுக்கு மாற்றிப்பார்ப்போம். ப்ராம்ப்ட்டில் "*sarcastic tone*" என்று சேர்த்துக்கொள்ளுங்கள்.

கிளாடனாரின் கேலி இதோ:

"ஓ ஆமாம், பொருளாதாரக் காரணிகள் பங்குச் சந்தையை பாதிக்கின்றன என்று சொல்வது அதிசயமான கண்டுபிடிப்பு தான்...

வட்டி விகிதங்கள் உயரும்போது முதலீட்டாளர்கள் பயப்படுகிறார்கள் என்பதை யாரும் கற்பனை செய்திருக்க முடியாது, இல்லையா? பொருளாதாரம் வளர்ச்சி அடையும்போது நிறுவனங்கள் அதிக பணம் சம்பாதிக்கின்றன என்ற புதிய தகவலுக்கு நன்றி, இல்லாவிட்டால் நாங்கள் எப்படி தெரிந்திருப்போம்?

மத்திய வங்கிகளின் கொள்கைகள் முக்கியம் என்று சொல்வது உண்மையில் மிகவும் புத்திசாலித்தனமான பகுப்பாய்வு, அதற்காக நோபல் பரிசு கொடுக்கலாம். உலகளாவிய வர்த்தக பதற்றங்கள் பங்குச் சந்தையை பாதிக்கும் என்ற தகவல் எனக்கு இல்லையென்றால், நான் என் முதலீட்டை ஒரு குறிப்பிட்ட திசையில் முழுமையாகப் போட்டிருப்பேன் - மிக்க நன்றி இந்த அரிய தகவலுக்கு!"

டீப் ஸீக், க்ரோக் என குட்டிச்சாத்தானின் பல்வேறு அவதாரங்களிடமும் கேட்டுப்பாருங்கள். உங்களுக்கு ஸ்டாக் மார்க்கெட் பிடிக்காது என்றால், வேறு ஏதேனும் உதாரணத்தைத் தேர்ந்தெடுங்கள்.

மொழி என்பது பல்லாயிரம் ஆண்டுகளாக மனிதகுலம் வளர்த்தெடுத்துள்ள கருவி. அதன் கூறுகள் மிகவும் நுணுக்கமானவை. ஏஐ இன்னும் முழுப்புலமை பெறவில்லை. ஆயினும் அதிவிரைவாக மொழி கற்றுவருகிறது. மனிதர்களின் மொழிப்புலமை இறங்குமுகத்திலும், ஏஐ ஏறுமுகத்திலும் இருப்பதுதான் சிக்கல்.

21. தூரிகை

ஓர் ஓவியம் ஆயிரம் சொற்களுக்கு ஈடானது. எழுத்தினும் முந்தியது ஓவியம். ஆதிமனிதர்களின் குகை ஓவியங்கள் உலகெங்கும் விரவிக்கிடக்கின்றன. கல் தோன்றி... கள் தோன்றாக் காலத்தே முன் தோன்றியவை இவ்வோவியங்கள்.

"இப்ப ஏன் ஆர்ட் க்ளாஸ்...?" இந்த வாரம் ஓவிய வாரம். வரையப் பழகப் போகிறோம். சித்திரமும் கைப்பழக்கம் என்பார்கள். சற்றே மாற்றிக்கொள்வோம். சித்திரமும் ப்ராம்ப்ட் பழக்கம்.

குட்டிச்சாத்தானிடம் வேலை வாங்குவது பற்றித் தொடர்ந்து பார்த்துவருகிறோம். வெவ்வேறுவிதமான வேலைகள். அவ்வரிசையில் இன்று குட்டிச்சாத்தான் மூலம் படம் காட்டுவது எவ்வாறென்று அறிந்து கொள்வோம்.

ஓவியம் ஒரு நுண்கலை. முழுக்கவனத்துடன் செய்யவேண்டிய ஒன்று. ஓவியத்திற்கான ப்ராம்ப்ட் எழுதுவதும் மிக நுட்பமானது. இதற்கெனவே தனியாக ஒரு புத்தகம் எழுதும் அளவிற்கான சங்கதிகள் கொண்டது. இவற்றுள் முதன்மையான, கட்டாயம் தெரிந்துவைத்திருக்க வேண்டிய சிலவற்றைப் பார்ப்போம்.

படம் வரைவதற்கென்றே சில குட்டிச்சாத்தான்கள் உள்ளன. இடியோக்ராம், *DALL-E* என்றொரு நீண்ட பட்டியல் உள்ளது.

இவற்றிற்கு தெரிந்ததெல்லாம் வரைதல் மட்டுமே. ஓரெல்லை வரை இலவசமாகவே பயன்படுத்தலாம்.

இவைபோக, சாட்ஜிபிடி போன்ற ஆல்ரவுண்டர்களையும் பயன்படுத்தலாம். சாட்ஜிபிடியின் மார்ச் 2025 அப்டேட் வரையும் வல்லமையைப் பெற்றிருக்கிறது.

வரைவதற்கான ப்ராம்ப்ட் என்பது அடிப்படியில் ஒரு வர்ணனை. "வர்ணனைன்னா....?" என்போர்க்கு கமெண்டரி என்று புரிந்துகொள்க. ஐபில் கமெண்டரி போலல்ல. முன்பெல்லாம் ஆல் இண்டியோ ரேடியோவில் கிரிக்கெட் வர்ணனை வரும். கேட்கும் போதே பார்க்கும் உணர்வு கிடைக்கும். அப்துல் ஜப்பார் என்றொருவர். சரி அதைவிடுங்கள்...

ப்ராம்ப்ட் வர்ணனை என்றவுடன் சாண்டில்யன் நாவல்களில் வருவது போல எழுதக் கூடாது.

ஓவியப் ப்ராம்ப்ட்டின் முதல் விதி: நாம் எழுதும் ப்ராம்ப்ட் விவரமாகவும் தெளிவாகவும் இருக்கவேண்டும்.

நாம் எழுதும் ப்ராம்ப்ட், காட்சிக்குத் தேவையான விவரங்களைக் கொண்டிருக்க வேண்டும். குழப்பமில்லாமல் இருக்கவேண்டும். எப்படி எழுதக் கூடாது என்று தெரிந்துகொள்வதும் அவசியம்.

"*A dog in a park*" என்று எழுதக் கூடாது. ஏன்? இதில் விவரங்கள் மிஸ்ஸிங். நாய் என்றால் என்ன வகையான நாய். ஓடுகிறதா? அமர்ந்திருக்கிறதா? என்ன நிறம்? அது மகிழ்வாக உள்ளதா என்பது போன்ற எந்த விவரமும் இல்லை.

பூங்கா என்றால் எப்படிப்பட்ட பூங்கா. என்ன மாதிரியான சூழல் என்று எதையுமே சொல்லவில்லை. "பூங்காவில் ஒரு நாய்" என்றால் குட்டிச்சாத்தான் தன் விருப்பத்திற்கு ஒன்றை வரைந்து கொடுக்கும். அது நாம் எதிர்பார்த்தபடி இருக்காது.

அதே ப்ராம்ப்ட்டை இது போல மாற்றலாம்: "*A golden retriever joyfully running through a green park with autumn leaves, soft sunlight filtering through trees.*"

இந்த ப்ராம்ப்ட்டை ஒவ்வொரு சொல்லாகக் கவனமாகப் படிக்கவும். மேலே நாம் பார்த்த அனைத்துக் கேள்விகளுக்குமான விடைகள் இந்த ப்ராம்ப்ட்டில் உள்ளன.

ஓவியம் வரையும் ப்ராம்ப்ட்டில் கட்டாயம் சேர்க்கவேண்டியவை

செயல் : நாம் விவரிக்கும் காட்சியில் என்ன நடக்கிறது என்று துல்லியமாகச் சொல்லவேண்டும்.

வண்ணம் : எங்கெல்லாம் தேவையோ அங்கெல்லாம் நிச்சயம் வண்ணத்தையும் (கலர்) குறிப்பிடுங்கள்.

வெளிச்சம் : என்ன விதமான வெளிச்சம், அது எங்கிருந்து வருகிறது என்று சொல்லிவிட்டாலே படத்தின் தரம் மேம்பட்டுவிடும். லைட்டிங் என்பது மிகவும் அவசியமான ஒன்று. நாம் உதாரணமாகக் காட்டிய ப்ராம்ப்ட்டில் *"soft sunlight filtering through trees"* என்று கொடுத்திருக்கிறோம் பாருங்கள். என்ன வெளிச்சம், அது எங்கிருந்து வருகிறது என்பதைச் சேர்ப்பது சிறந்த படங்கள் வரைவதற்கு மிகவும் அவசியம்.

இடியோக்ராமைத் *(https://ideogram.ai/)* திறந்து கொள்ளுங்கள். இரண்டு ப்ராம்ப்ட்களையும் ஓடவிடுங்கள். வருகின்ற படங்களில் உள்ள வேறுபாடுகளை நீங்களே எளிதில் உணரலாம்

ஓவிய ப்ராம்ப்ட்டின் இரண்டாம் விதி: என்ன வகையான கலைப் பாணி என்று குறிப்பிட வேண்டும்.

கலைப் பாணி என்றால் ஆர்ட் ஸ்டைல். நாம் வரைய எத்தனிப்பது என்ன வகையான ஓவியம் என்று தெளிவாகச் சொல்லிவிட வேண்டும். பரவலாகப் பயன்படும் ஆர்ட் ஸ்டைல்கள்:

வாட்டர்கலர் ஓவியம்

பிக்ஸல் ஆர்ட்

ஃபோட்டோ ரியலிஸ்டிக்

சைபர் பங்க்

மூன்றாம் விதி: காட்சியின் கோணம் ப்ராம்ப்ட்டில் கட்டாயம் இடம் பெறவேண்டும்.

எந்த ஒரு ஓவியத்திற்கும் பெர்ஸ்பெக்ட்டிவ் என்று ஒன்றுள்ளது. எளிதாக கேமிரா ஆங்கிள் என்று புரிந்துகொள்ளலாம். உதாரணமாக

க்ளோஸ்-அப்

பேர்ட்ஸ்-ஐ-வ்யூ *(கழுகுப் பார்வை)*

நான்காம் விதி: ஓவியம் வெளிப்படுத்தும் உணர்வு என்ன என்பதை வெளிப்படையாகக் கூற வேண்டும்.

ஓவியம் என்பது அடிப்படையில் ஓர் உணர்வின் வெளிப்பாடு. நாம் வரையும் ஓவியம் என்ன உணர்வினைத் தாங்கி நிற்கிறது என்று ப்ராம்ப்ட்டில் சொல்லவேண்டும். உணர்வு என்பது மூட் *(Mood)*. உதாரணமாக

அமைதியான ஓவியம் வேண்டும் என்றால் *serene*

தெய்வீகமான ஓவியத்திற்கு *divine*

மாயம் நிறைந்த ஓவியத்திற்கு *mystical*

இது போல நீங்கள் விரும்பும் உணர்வினைச் சரியான சொற்களைத் தேர்ந்தெடுத்துச் சொல்லிவிடுங்கள்.

ஐந்தாம் விதி: ஓவியத்தில் எது வரக்கூடாது என்று சொல்வதும் அவசியம்.

ஏற்கனவே நெகட்டிவ் ப்ராம்ப்ட்டிங் பற்றிப் பார்த்திருக்கிறோம். மேற்சொன்ன நான்கு விதிகளும் என்னவெல்லாம் வேண்டுமென்று சொன்னது. ஐந்தாம் விதி, எது கூடாது என்று சொல்கிறது.

சாம்பிள் ப்ராம்ப்ட் : *"A majestic eagle soaring over a mountain range, hyper-realistic, sharp details, no blurry elements, no extra wings."*

இந்தப் ப்ராம்ப்ட்டில், *"no blurry elements, no extra wings"* என்பது நெகட்டிவ் ப்ராம்ப்ட். பல்வேறு சூழல்களில் இந்த நெகட்டிவ் ப்ராம்ப்ட் மிகவும் உறுதுணையாக இருக்கும்.

இதுவும் திருவள்ளுவர் டெக்னிக்தான். செய்தக்க அல்ல செயக்கெடும் செய்தக்க செய்யாமை யானுங் கெடும்.

இடியோக்ராம் போன்ற டூல்களில் "மேஜிக் ப்ராம்ப்ட்" என்று ஒன்றுள்ளது. நாம் சில சொற்களில் எழுதியிருப்பதை அதுவே விவரித்து எழுதிக்கொள்ளும். அண்ணனுக்கு ஒரு ஊத்தாப்பம் என்று மட்டும் நாம் சொன்னால் போதும்.

இன்னும் ஒரு தொழில் ரகசியம். நேரடியாக இடியோக்ராமில் ப்ராம்ப்ட் எழுதாதீர்கள். கிளாடனாரை உதவிக்கு அழையுங்கள்.

அவரிடம் நீங்கள் என்ன வரைய நினைக்கிறீர்கள் என்று தத்தக்கா புத்தக்காவெனச் சொன்னால் கூடப் போதும். தெளிவான ப்ராம்ப்ட் வேண்டும் என்று கேளுங்கள். கிளாடானரிடம் பொறுமையுடன் கேட்டுப்பாருங்கள். அவர் பொக்கிஷத்தை மூடுவதில்லை.

22. சங்கிலிக் கருப்பன் துணை

ஒரு ப்ராம்ப்ட் தருகிறோம். ஏஐ அதற்கான மறுவினையாற்றுகிறது. அது ஒரு தகவலாக இருக்கலாம். சென்ற அத்தியாயத்தில் பார்த்தது போல ஒரு படமாகவும் வரலாம். நாம் கொடுத்திருக்கும் கட்டளை எளிதானதென்றால் இத்தோடு மேட்டர் ஓவர். கையில காசு வாயில தோச என்பது போல.

பெரும்பாலான நேரங்களில் இவ்வாறிருப்பதில்லை. சிக்கலான பணியைக் குட்டிச்சாத்தானிடம் கொடுக்கும்போது "ப்ராம்ப்ட் - பதில் - சுபம்" என்று முடியாது. நாமொன்று கேட்போம். அதுவொன்றைச் செய்து வைக்கும்.

இவ்வாறு நிகழும்போது உடனே அலுத்துக்கொள்ளக் கூடாது. உன்ன எல்லாம் வச்சுக்கிட்டு ஒரு கொலக் கூட பண்ண முடியாது என்று கோபித்துக்கொள்ளக் கூடாது. இது போன்ற இடங்களில் ரௌத்ரம் பழகாமல் இருப்பதே நலம். குணமாகச் சொல்லிப் புரியவைக்க வேண்டும். அதற்கான ஒரு சூத்திரத்தை இந்த அத்தியாயத்தில் தெரிந்துகொள்ளவிருக்கிறோம்.

"ப்ராம்ப்ட் செய்னிங்" *(Prompt Chaining)* என்று ஒன்றுள்ளது. செய்னா...? எத்தினி பவுன்? என்றால் கடையை மூட வேண்டியதுதான். இது ப்ராம்ப்ட் சங்கிலி. சர்கஸில் யானை பார்த்திருப்பீர்கள். ஒரு யானையின் வாலைப் பிடித்தபடி அடுத்த யானை வரும். அதைத் தொடர்ந்து இன்னொன்று. வரிசையாகத் தொட்டுத் தொடரும்.

அதுபோல, ஒரு ப்ராம்ப்ட்டின் வால் பிடித்து அடுத்த ப்ராம்ப்ட் கொடுப்பதுதான் செய்னிங். சங்கிலியாக்கம். யானை... சங்கிலி... மதம் கொண்டு நடத்தும் வாழ்க்கை... ஹேராம் ஃபீல் வந்தால் சங்கம் பொறுப்பல்ல. ப்ராம்ப்ட் செய்னிங் என்பது ஒரு ப்ராம்ப்ட் வரிசை. நமக்கு என்ன வேண்டும் என்பதை மொத்தமாகக் கொடுக்காமல் சிறு சிறு செயல்களாகப் பிரித்துக்கொடுப்பது. கணினித்துறையில் "டிவைட் அண்ட் கான்கொயர்" என்பது பாலபாடம். பிரித்தாளும் சூழ்ச்சி.

ஒரு பெரிய பிரச்னையை பல்வேறு சின்னச் சின்னப் பிரச்னைகளாக உடைப்பது. சாதாரணமான சார்ட்டிங் *(Sorting)* அல்காரிதம்கள் முதல் சாட்டிலைட் லான்சிங் வரை டிவைட் அண்ட் கான்கொயர் பயன்படுகிறது. ப்ராம்ப்ட் செய்னிங் கூட ஒரு வகையில் பிரித்தாளும் சூழ்ச்சிதான்.

முதல் ப்ராம்ப்ட்டில் நமக்கு என்ன வேண்டுமென்று பிள்ளையார் சுழி போடுகிறோம். அது ஒரு பதிலைத் தருமா? அதைத் தொடர்ந்து அடுத்த ப்ராம்ப்ட். இப்படியே வேலை முடியும் வரை தொடர்வது தான் செய்னிங். "இது வழக்கமா செய்றதுதானே...?" என்றால் கிடையாது. செய்னிங் செய்வதற்கு முதலில் நாம் தயாராக வேண்டும். தொடக்கத்திலேயே சொன்னது போலச் செய்னிங் என்பது சிக்கலான செயல்களுக்கு மட்டுமே. எனவே நம் இலக்கை அடையத் தேவைப்படும் படிகளை வகுத்துக்கொள்ளவேண்டும்.

லைட்டா தல சுத்துதா? ஒன்றுமில்லை. ஓர் உதாரணம் மூலம் தெளிவாகப் புரிந்துகொள்வோம். ஒரு காஃபி ஷாப் ஆரம்பிக்க வேண்டுமென்று நினைக்கிறீர்கள். அதற்கான பிசினஸ் அனாலசிஸ் செய்வதற்கு ப்ராம்ப்ட் செய்னிங் கைகொடுக்கும். இதில் பல்வேறு படிநிலைகள் உள்ளன:

முதல் படி மார்க்கெட் ரிசர்ச்

இரண்டாவது போட்டியாளர்கள் பற்றிய தகவல்கள்

மூன்று நமக்கான பிரத்தியேகமான பிசினஸ் மாடலை உருவாக்குவது

நான்காவது இம்ப்ளிமெண்டேஷன் அல்லது நமது திட்டத்தை நடைமுறைப்படுத்துவது.

இதில் ஒவ்வொரு படிநிலைக்கும் ஒரு ப்ராம்ப்ட் எழுதலாம். அடுத்த ப்ராம்ப்ட் முந்தைய படிவரை கண்டறிந்த தகவல்களைப் பயன்படுத்திக்கொள்ளும்.

மார்க்கெட் ரிசர்ச் என்னும் முதற்படிக்கு இவ்வாறு ப்ராம்ப்ட் கொடுக்கலாம்:

Analyze the current coffee shop market in urban areas. Focus on:

1. *Key trends in specialty coffee*
2. *Target demographics for coffee shops*
3. *Common pain points for customers*
4. *Successful business models in this space*
5. *Impact of sustainability concerns*

Provide a structured analysis with specific points for each category.

இது மொத்தமும் முதல்படிக்கான ப்ராம்ப்ட். இதில் நமக்கு என்னவேண்டும் என்று உட்பிரிவுகளாக நம்பர் போட்டுக் கொடுத்துள்ளோம்.

இந்தப் ப்ராம்ப்ட் மூலம் நாம் கண்டறிந்ததை அடுத்த படிநிலைக்கு இன்புட்டாகக் கொடுக்கவிருக்கிறோம். அத்துடன் இரண்டாம் படிக்கான ப்ராம்ப்ட்டையும் கொடுக்கவேண்டும். இதோ:

Using the market analysis from the previous step, conduct a competitive analysis for a new coffee shop in a mid-sized urban area. Specifically:

1. *Identify 3-4 distinct competitor types in the coffee market*
2. *Analyze their strengths and weaknesses*
3. *Find potential gaps in the market*
4. *Suggest possible differentiation strategies*

Reference specific insights from the market analysis where relevant.

இப்படியே கடைசிப் படிவரை தொடர வேண்டும். கட்டுரை மிகவும் நீண்டுவிடும் என்பதால் அனைத்துப் ப்ராம்ப்ட்களையும் இங்கே கொடுக்கவில்லை. இந்த அத்தியாயத்தின் நோக்கம் காஃபிக் கடை வைக்கச் சொல்லித்தருவதல்ல. ப்ராம்ப்ட்களை ஒன்றோடொன்று ரயில் பெட்டிகள் போல இணைக்க முடியும் என்று சொல்வதே.

ப்ராம்ப்ட் செய்னிங்கை பல்வேறு சூழல்களிலும் பயன்படுத்தலாம். எடுத்துக்காட்டாக:

ஒரு நீண்ட கட்டுரை அல்லது புத்தகம் எழுதுவது

நிறையத் தகவல்களை ஒன்றிணைத்துச் சிக்கலான முடிவுகள் எடுப்பது

தொழிற் திட்டங்களை உருவாக்குவது

நீண்ட ப்ரோக்ராம்களை எழுதுவது

ப்ராம்ப்ட் செய்னிங்கை மூன்று வகைகளாகப் பிரிக்கலாம்:

முதலாவது மேனுவல் செய்னிங். அதாவது என்ன படிநிலைகள், அதன் உள்ளே என்னவெல்லாம் இருக்கவேண்டும் என்று முடிவு செய்து நாமே அவற்றை ஒவ்வொன்றாக இயக்குவது.

இரண்டாவது ஆட்டோமேட்டட் செய்னிங். தானியங்கி செய்னிங் எனலாம். இதற்கெனப் பிரத்தியேகமான சாஃப்ட்வேர்கள் உள்ளன. ப்ராம்ப்ட் ஆர்க்கெஸ்ட்ரேஷன் என்று ஒன்றுள்ளது. இசைக்கச்சேரி ஆர்க்கெஸ்ட்ரா போல. நோட்ஸ் எழுதி என்னவேண்டும் என்று கொடுத்துவிட்டால் கச்சேரி தானாக நடந்தேறும். லாங்க் செய்ன் என்றொரு தொழில்நுட்பம் இதைச் செய்துகொடுக்கும். நிற்க. லாங்க் செய்ன்னா நீளமான சங்கிலிதானே என்றால் இல்லை. இது *LangChain*.

மூன்றாவது ஹைபிரிட் செய்னிங் மெத்தட். இதில் கொஞ்சம் மேனுவல். கொஞ்சம் ஆட்டோமேட்டிக்.

ப்ராம்ப்ட் செய்னிங்கை கற்றுக்கொண்டுவிட்டால் நீங்கள் ஏஐயைச் சிறப்பாகக் கையாளமுடியும். இல்லையென்றால் “ஏஐயெல்லாம் சுத்தவேஸ்ட்டு பாஸ்...” என பூமர் மென்று முட்டைவிட்டுக்கொண்டிருக்கலாம்.

வொய் வெய்ட்டிங்? சங்கிலிக் கருப்பன் துணை என்று களத்தில் இறங்குங்கள்.

23. ஏஐ மனசு

நல்வாழ்வு உடல் மட்டுமே சார்ந்ததல்ல. மனம் அதன் முக்கிய அங்கம். மனநலம் என்பது இன்று உலகம் எதிர்கொள்ளும் தலையாய பிரச்னை. சிறார் முதல் முதியோர் வரை வயது வேறுபாடின்றி அனைவரையும் இது பாதிக்கிறது.

எங்கும் நிறைந்துவரும் ஏஐ இத்துறையை மட்டும் விட்டுவைக்குமா? மனநல ஆலோசகர்களும் ஏஐ குறித்து ஆராயத் தொடங்கியுள்ளனர். மனநலம் என்று ஒற்றைச் சொல்லால் குறிப்பிட்டுவிடுகிறோம். அச்சொல் தன்னுள் ஓர் உலகையே அடக்கிவைத்திருக்கிறது.

மனித உடலே நாமறிந்த கருவிகளில் மிகவும் சிக்கலானது. உடலினும் நுணுக்கமானது மனம். கோவிட் பெருந்தொற்றுக் காலம் மனநலம் சார்ந்த விழிப்புணர்வை அதிகப்படுத்தியுள்ளது.

ஓர் உளவியல் மருத்துவரைச் சென்று சந்திப்பதையே அவமானமாகக் கருதிய காலம் ஒன்றிருந்தது. இன்று முற்றிலும் ஒழிந்துவிட்டது என்று கூறிவிட முடியாது. பெருமளவு குறைந்துள்ளது.

“எனக்கெல்லாம் டிப்ரஷன்...” என்று ஸ்டைலாகக் கூறிக்கொள்கிறார்கள். அச்சொற்களுக்கான பொருளை உணராமல் அப்படியே அடித்துவிடுவது. சோசியல் மீடியா இதற்குப் போஷாக்கான தீனிபோட்டு வளர்க்கிறது. மனநல ஆலோசனை என்பதே உரையாடல்களை மையமாகக் கொண்டது.

இன்று ஏஐயால் உரையாட முடிகிறது. நாம் கேட்பதற்கெல்லாம் சலிக்காமல் பதிலளிக்கிறது. எனவே இப்போது ஏஐயுடன் பேசுவது அதிகரித்துள்ளது.

இளம் தலைமுறையினரிடம் இது பரவலாகிவருகிறது. இதற்குச் சில பிரத்தியேகமான காரணங்கள் உள்ளன. ஒவ்வொன்றாகப் பார்ப்போம்.

முதல் காரணம் ஏஐ எப்போதும் நம்முடன் இருப்பதே. நமக்கும் ஏஐக்குமான தூரம் சில நொடிகள்தான். சாட்ஜிபிடி, ஜெமினி, க்ளாட் போன்றவற்றிற்கு மொபைல் ஆப் அவதாரமும் உள்ளது. எனவே அவற்றை அணுகுவது மிகவும் எளிதாகிறது.

அதே போல ஏஐயிடம் தங்கள் பிரச்னைகளைச் சொல்வது பாதுகாப்பானது என்று பலரும் நினைக்கின்றனர். அது தங்களை ஜட்ஜ் செய்யாது என்று நம்புகிறார்கள். தங்களைச் சுற்றியிருப்பவரிகளிடம் சொன்னால் ஏளனம் செய்யப்படுவோம் என எண்ணுகிறார்கள்.

மூன்றாவது காரணம் பொருட்செலவில்லாமல் இதைச் செய்யமுடிவது. பெரும்பாலான ஆப்களுக்கு ஃப்ரீ வெர்ஷன் இருக்கிறது. “காசா பணமா பேசித்தான் பாப்பமே” என்று தான் பலரும் தொடங்குகின்றனர்.

ஏஐயிடம் பேசுவது ரகசியமாக இருக்கும் என்னும் எண்ணமும் உள்ளது. அத்துடன் நீங்கள் சொல்வதையெல்லாம் பொறுமையாகக் கேட்கும். இடைமறிக்காது. “திரும்பத் திரும்பத் பேசுற நீ...” எனத் தொல்லை செய்யாது. நல்ல பிள்ளையாக “உம்” கொட்டிக் கேட்டுக்கொண்டே இருக்கும்.

இதை வாசிக்கும்போது, “நெசமாவே ஏஐகிட்ட பேசுறாங்களா...?” என்னும் கேள்வி எழலாம். கல்லூரி மாணவர்கள் மத்தியில் இது சர்வசாதாரணமாக நிகழ்கிறது. இன்னும் ஒன்றிரண்டு ஆண்டுகளில் இது இன்னும் வளரவே செய்யும்.

இது சரிதானா? உண்மையிலேயே பாதுகாப்பானதா? ஏதேனும் அசம்பாவிதம் நடந்துவிட்டால் ஏஐ பொறுப்பேற்குமா?

பிரைவசி என்னும் நோக்கில் பார்த்தால் இது ஆபத்துதான். நாம் பகிர்ந்துகொள்ளும் தகவல்கள் எதற்கெல்லாம் பயன்படுத்தப்படும்

என்று உறுதியாகக் கூறமுடியாது. ஏஐ தரும் பதில்கள் பொதுவானதாக இருக்கும். மனநலம் சார்ந்த பிரச்னைகளில் ஒவ்வொருவருக்குமான தேவை என்பது மாறுபடும். எனவே ரெடிமேட் சட்டை போன்ற பதில்கள் சிறப்பான பலனைத் தராது.

இவற்றையெல்லாம் விட முக்கியமான பிரச்னை நமக்குப் பதில் சொல்லும் ஏஐ ஒரு மனநல வல்லுநர் அல்ல. இந்த உரையாடல்கள் மருத்துவரைச் சந்திப்பதற்கு மாற்று அல்ல.

இன்றைய சூழலில், ஏஐ நமது மனநலப் பிரச்னையைத் துல்லியமாகக் கண்டறியும் என்று சொல்லமுடியாது. எனவே அதிதீவிரமான சிக்கல்களுக்கு ஏஐயை நாடக்கூடாது.

என்னதான் கற்பூரம் அடித்துச் சத்தியம் செய்தாலும் டேட்டா பாதுகாப்பு விசயத்தில் இக்கருவிகளை நம்ப முடியாது. எனவே நமது அகச்சிக்கல்களை ஒரு அளவிற்குமேல் அவற்றிடம் சொல்வது முறையல்ல.

இந்த உரையாடல்களுக்கு எந்தப் பலனுமே இல்லையா என்றால் இருக்கிறது. ஒரு சிக்கலைப் பற்றித் தெளிவாகச் சொல்லத் தெரிந்தாலே பாதிக் கிணற்றைத் தாண்டிவிட்டோம் என்று பொருள். அவ்வாறு நமது பிரச்னைகள் என்வென்று நாமே அறிந்துகொள்ள இந்த உரையாடல்கள் உதவக்கூடும்.

சிலவேளைகளில் யாரிடமாவது சொல்லிவிட்டாலே பிரச்னை தீர்ந்தது போலிருக்கும். கேட்பவர் எந்தத் தீர்வையும் தரத்தேவையில்லை. ஏஐயை அவ்வாறு பயன்படுத்தலாம்.

சாட்ஜிபிடி, க்ளாட் போன்ற பொதுவான டூல்கள் போக *wysa* என்றொரு பிரத்தியேகமான ஏஐ உள்ளது. இது மனநலம் சார்ந்த உரையாடல்களுக்கென்றே வடிவமைக்கப்பட்டுள்ளது. உலகின் பல்வேறு பகுதிகளிலும் *wysa*வின் பயன்பாடு அதிகரித்து வருகிறது.

இனிவருங்காலங்களில், பிறதுறைகள் போலவே மனநலத் துறையிலும் நிச்சயம் ஏஐ கைகொடுக்கும். ஒரு கேள்வியுடன் முடிப்போம்.

நமக்கொரு மனம் இருப்பதைப் போல ஏஐக்கும் இருக்குமா?

24. ஜின்னோடு ஐவரானோம்

சாட்ஜிபிடி பிறந்த வருடம் இரண்டாயிரத்து இருபத்திரண்டு. அப்போது இருவேறு கருத்துகள் இருந்தன. "வாவ்... மேஜிக்" என்று ஒரு கூட்டம். "உளறுதுப்பா" என்று கோட்டுக்கு அந்தப் பக்கம்.

தொடக்கத்தில் கவிதை எழுதிப்பார்த்தனர். "என்னப் பத்திச் சொல்லேன் பாப்போம்" என்று சிலர். "ஹோம்வொர்க்லாம் அதுவே செஞ்சுடும்ல" மழை ரமணனுக்கு அடுத்து பள்ளிக்குழந்தைகளை மகிழ்வித்தது சாட்ஜிபிடியாகத்தான் இருக்கும். ஆசிரியர்கள் பாடு திண்டாட்டமானது.

ஓப்பன் ஏஐகாரர்கள் கஜினி முகம்மது போலப் படையெடுத்துக் கொண்டே இருந்தனர். ஓரிரு மாதங்கள் இடைவெளியில் புதிய வெர்ஷன் என்று கலர் கலராகப் போஸ்டர் அடித்துக் கொண்டாடினர்.

இதுபோக சாட்ஜிபிடிக்கு போட்டிக் கடைகளும் வந்தன. தங்கள் பங்கிற்கு அவர்களும் குறளி வித்தை காட்டினர். இதற்கு முன், இயலாது என்று எண்ணியிருந்தவை பலவும் சாத்தியமாயின. இது பாஸிங் க்ளவுட் இல்லை என்று பலருக்கும் புரிந்தது. ஏஐ யுகம் தொடங்கியது. இன்னமும் சாட்ஜிபிடி மூன்று வயதுக் குழந்தைதான். ஆனால் தொடங்கியபோது இருந்த நிலையிலிருந்து வெகுதூரம் வந்துவிட்டோம். கவிதை, சுயதம்பட்டம் எல்லாம் கொஞ்சம்

ஓய்ந்திருக்கிறது. மருந்து கண்டறிவது, சாஃப்ட்வேர் செய்வது எனச் சிக்கலான செயல்களில் ஏஐ அடியெடுத்துவைத்திருக்கிறது.

ஒரு காலத்தில் ப்ரோகிராமிங் பல்வேறு வேலைகளையும் காலி செய்துவிடும் என்றனர். ஆனால் இன்று ப்ரோகிராமிங் வேலைக்கே சிக்கலா என்னும் ஐயம் எழுந்துள்ளது. சாட்ஜிபிடி, க்ளாட் போன்ற குட்டிச்சாத்தான்களிடமே கோட் எழுதச் சொல்லலாம். இப்போது இதையும் தாண்டி ஒட்டுமொத்த சாஃப்ட்வேர் அப்ளிகேஷன்களை உருவாக்கவல்ல ஜின்கள் வந்துள்ளன.

புதிதாக “வைப் கோடிங்” என்று ஆரம்பித்துள்ளனர். அதாவது ப்ராம்ப்ட் மூலமே அப்ளிகேஷன்களை உருவாக்குவது. ப்ரோகிராமிங் தெரிந்திருக்க வேண்டிய அவசியம் இல்லை. நமக்கு என்னவேண்டும் என்று சொல்லத்தெரிந்தால் போதும். பேசிப்பேசி சாஃப்ட்வேர் வளர்த்துவிட முடியும்.

ரெப்ளிட் *(replit)*, கர்சர் *(cursor)*, கோடெக்ஸ் *(codex-cli)*, க்ராக் ஸ்டூடியோ, கூகுள் ஃபயர்பேஸ் ஸ்டூடியோ என்று அடுத்தடுத்து டூல்கள் வந்த வண்ணம் உள்ளன. ஒவ்வொரு கருவியும் தனக்கெனச் சில சிறப்பியல்புகளைக் கொண்டிருக்கிறது.

கோடெக்ஸ் என்பது டெர்மினல் மூலமாகவே இயங்குகிறது. ஓப்பன் ஏஐ உருவாக்கித் தந்துள்ள கருவி இது. ஃபயர்பேஸ் மூலம் மொபைல் செயலிகளை உருவாக்க முடியும். இவற்றின் பொதுவான அம்சம் ப்ராம்ப்ட். நாம் விளக்கமான ப்ராம்ப்ட் ஒன்றைக் கொடுத்துவிட்டால் அதுவே அப்ளிகேஷனை உருவாக்கத் தொடங்குகிறது.

முதல் முறை நாம் எதிர்பார்த்தது வரவில்லை என்றால் கலங்கத் தேவையில்லை. படிப்படியாக “இதில்ல ராசா... இங்க மட்டும் மாத்து பாப்போம்” என்று சொல்லிப் புரியவைக்கவேண்டும்.

ஒரு சில சுற்றுகளில் நாம் விரும்பிய அப்ளிகேஷனைக் கட்டி எழுப்பிவிடுகிறது. நூறு சதவீதம் நாம் கேட்டது அப்படியே வருமா என்றால் அது கேட்பதைப் பொறுத்து இருக்கிறது. அத்துடன் உங்களது குருப்பெயர்ச்சியையும். ஒவ்வொரு முறையும் ஏஐ எவ்வாறு பதிலளிக்கும் என்று நமக்குத் தெரியாது. எனவே இதில் கொஞ்சம் அதிர்ஷடமும் கலந்தே இருக்கிறது. அதிர்ஷடத்தில் எல்லாம் எனக்கு நம்பிக்கை கிடையாது என்போர் ப்ராபப்ளிட்டி

என்று திருத்தி வாசித்துக்கொள்ளுங்கள். குருப்பெயர்ச்சி வரியை மட்டும் ஸ்கிப் செய்துவிடவும்.

"அப்டின்னா... இனிமே ப்ரோக்ராமிங் பண்றவங்களுக்கு வேல போயிடுமா...?" இதற்கான பதிலைக் கொஞ்சம் விரிவாகவே பார்ப்போம்.

முதலில் சாஃப்ட்வேர் டெவலப்மெண்ட் என்பது கோடிங் மட்டுமே அல்ல என்று புரிந்துகொள்ளவேண்டும். ஓர் உதாரணம். வீடு கட்டுகிறோம் என்று வைத்துக்கொள்ளுங்கள். செங்கல் வைத்து அடுக்குவது மட்டுமே மொத்தப்பணியல்ல. வடிவமைப்பு போன்ற பல்வேறு ஸ்டேஜ்கள் உள்ளன. எல்லாம் ஓகே என்றான பின் செங்கல் வைத்து சுவர்கள் எழுப்புவது என்பது ஒரு சிறு பகுதிமட்டுமே.

சாஃப்ட்வேர் உருவாக்கமும் வீடு கட்டுவது போலத்தான். ஒட்டுமொத்த சாஃப்ட்வேர் உருவாக்கத்தில் கோடிங் என்பது இருபது சதவீதம் மட்டுமே. அதைத் தான் ஆட்டோமேட் செய்கிறோம். "சரி.. அப்ப செங்கல் அடுக்குறவங்களுக்கு ... கோட் எழுதறவங்களுக்கு வேல போயிடுமா?" இன்றைய சூழலில், எனக்கு இது மட்டும்தான் செய்யத் தெரியும் என்றிருந்தால் எந்தவேலையுமே சிக்கல்தான்.

வைப் கோடிங்கில் இன்னும் ஒரு பெரிய பிரச்னை உள்ளது. சாஃப்ட்வேர் டெவலப்மெண்ட் என்பது தொடர்ந்து நிகழ்வது. ஒரு சாஃப்ட்வேரின் முதல் வெர்ஷனை உருவாக்கியவுடனேயே வேலை முடிந்துவிடாது. சொல்லப்போனால் அப்போது தான் கடினமான வேலை தொடங்குகிறது.

பயனாளர்களின் தேவைகளுக்கேற்பத் தொடர்ந்து மாற்றிக்கொண்டே இருக்க வேண்டும். புத்தம் புது வசதிகளை உருவாக்கிக்கொண்டே வரவேண்டும். அதற்கு நாம் வடிவமைத்திருக்கும் சாஃப்ட்வேர் குறித்துத் தெளிவான புரிதல் அவசியம். வைப் கோடிங் மூலம் ஏஐ உருவாக்கித் தந்திருக்கும் சாஃப்ட்வேர் பற்றிய புரிதல் யாருக்கும் இருக்காது என்பதே சிக்கல்.

சாஃப்ட்வேர் நமக்கொரு ப்ளாக் பாக்ஸ் போல ஆகிவிடும். நம்மிடம் தான் கோட் இருக்கிறதே. நாமே மாற்ற முடியாதா? என்றால் மாற்றலாம். ஆனால் சில நூறு பைல்கள், பல்லாயிரம்

வரிகள் நீளும் யாரோ (எதுவோ) எழுதிய கோட் இவையெல்லாம் கையாள்வதற்கு மிகவும் சிக்கலானவை.

"அப்ப வைப் கோடிங் வேஸ்ட்டா...?" என்றால் இல்லை. தொண்ணூறுகளில் "பேர் ப்ரோகிராமிங்" *(Pair programming)* என்று ஒன்றிருந்தது. ஜோடி நிரலாக்கம். அதாவது இரண்டு ப்ரோக்ராமர்கள் சேர்ந்து ப்ரோக்ராமை உருவாக்குவது. டீமாக அல்ல. சேர்ந்து. ஒரே கம்ப்யூட்டரில் இருவரும் வேலை செய்வர். ஒருவர் அடிக்கும் கோடை மற்றொருவர் சரிபார்த்துக்கொண்டே வருவார். ஏதேனும் பிழை என்றால் சுடச்சுட அங்கேயே மாற்றிக்கொள்ளலாம்.

இப்போது இரண்டு மனிதர்களுக்குப் பதிலாக ஒரு மனிதர் - ஒரு ஏஐ என்று ஜோடி போட்டு வேலை செய்யலாம். அவ்வாறு செய்யும் போது என்ன நடக்கிறது என்று தெளிவான புரிதலும் இருக்கும். வேலையும் வேகமாக நடக்கும்.

மனிதர்களா ஏஐயா என்று மல்லுக்கட்டத் தேவையில்லை. மனிதர்களும் ஏஐயும் என்று புரிந்துகொள்ளவேண்டும். ஜின்னோடு ஐவரானோம் என்று தோழமை செய்வோம்.

25. உயிரற்ற அறிவினம்

அறிவு உயிர் சார்ந்தது. மனிதர்கள்தான் என்றில்லை. பல்கிக்கிடக்கும் உயிர்க்கோளம் எங்கும் அறிவு வியாபித்துள்ளது. புல்லாய் பூடாய் மரமாய் மனிதராய். ஆனால் வரலாற்றில் முதல் முறையாக "உயிரற்ற அறிவினம்" தோன்றியுள்ளது. இதை எவ்வாறு கையாள்வது என்பது குறித்த சில குறிப்புகளைத்தான் இத்தொடரெங்கும் பார்த்து வந்துள்ளோம்.

உயிரற்ற அறிவு - செயற்கை அறிவு ஏன் தனித்துவமானது? உயிர்களுக்கெனச் சில அடிப்படைப் பண்புகள் உள்ளன. உதாரணமாக உறக்கம். ஏஐக்கு உறக்கம் தேவையில்லை. மறதி கிடையாது. நாம் கற்பனை செய்ய இயலாத வேகத்தில் கற்கும் ஆற்றல். உயிரில்லை எனவே மரணமும்.

மனிதர்கள் இது போன்றதோர் ஜந்துவைக் கதைகளில் மட்டுமே எதிர்கொண்டுள்ளனர். தற்போது அதுவே நிஜமாகியுள்ளது. நாம் தவறியும் செய்யக்கூடாத ஒன்று இருக்கிறது. எக்காரணம் கொண்டும் இந்த ஜந்துவை நம் எதிரியாக மாற்றிவிடக் கூடாது. உறக்கமும் மறதியும் இல்லாத ஓர் எதிரியை வெல்வது சாத்தியமற்றது.

இன்றைய சூழலில், ஏஐ என்ன செய்துவிடப்போகிறது என்று தோன்றுவது இயல்பே. நம்மை மிரட்டும் ஏஐ வரப்

பலதலைமுறைகள் ஆகக்கூடும். எனவே கவலைப்படத் தேவையில்லை என்று ஒரு தியரி இருக்கிறது.

இதில் கொஞ்சம் உண்மை இருக்கத்தான் செய்கிறது. ஏஐ இன்று சாதுவாகத்தான் இருக்கிறது. ஆனால் அது நம்மை மீறிச் செல்லப் பலவருடங்கள் ஆகும் என்று உறுதியாகக் கூற இயலாது.

இது ஆருடம் அல்ல. அறிவியல் அடிப்படையிலான சில காரணிகள் உள்ளன. மனிதர்கள் காலத்தை உணரும் விதமும் ஏஐ அதைக் கையாளும் விதமும் வெவ்வேறானவை. நாம் உணரும் குறைந்தபட்ச நேரம் என்பது விநாடி. ஆனால் ஏஐயால் ஒரு விநாடியை லட்சம் கூறுகளாகப் பிரித்து உணர முடியும். அவ்வேகத்தில் செயலாற்றவும் முடியும்.

காலத்தைப் போலவே வெளி. ஸ்பேஸ். நம்மால் முப்பரிமாணத்திற்கு மேல் செல்ல இயலாது. ஏஐ மாடல்களால் எண்ணிலடங்காப் பரிமாணங்களைக் கையாள முடியும். ஏஐயின் காலமும் வெளியும் மனிதர்களுடன் ஒப்பிடும்போது பலமடங்கு மேலானது.

ஏஐ வல்லுநர்களிடையே "இண்டெலிஜென்ஸ் எக்ஸ்ஃப்ளோஷன்" என்றொரு கருத்து வளர்ந்துவருகிறது. நாம் எதிர்பாராத ஒரு சுபயோக சுபதினத்தில் ஏஐயின் அறிவு வளர்ச்சி திடீரென்று விஸ்வரூபமெடுக்கும். ஓர் அணுகுண்டு வெடிப்பதுபோல. இதென்ன ஹாலிவுட் படக்கதையா என்றால் இல்லை.

இன்னும் கொஞ்சம் விளக்கமாகப் பார்ப்போம். அறிவை ஒரு படிக்கட்டுபோலக் கற்பனை செய்துகொள்ளுங்கள். இதில் ஒவ்வோர் உயிரும் ஒரு படிக்கட்டில். அதன் அறிவு வளர்ச்சிக்கேற்ப. இன்று மனிதர்களே அறிவுப்படிக்கட்டின் உச்சத்தில் உள்ளனர். ஏஐயும் ஒவ்வொரு படிக்கட்டாக ஏறிவருகிறது.

இண்டெலிஜென்ஸ் எக்ஸ்ஃப்ளோஷன் நிகழ்ந்தால் ஏஐ நம்மை தாண்டி உயரே எங்கோ ஒரு படியில் இருக்கும். இந்நிலையை சூப்பர் இண்டெலிஜென்ஸ் என்கிறார்கள். அப்போது நாமும் குறைந்த அறிவு கொண்ட பல்லுயிர்க்கூட்டத்தில் ஒன்றாகத் தான் அதன் பார்வையில் தெரிவோம்.

இவையெல்லாம் கொஞ்சம் அதீதக் கற்பனையாக இருக்குமோ?

“இல்லுமினாட்டி கத மாதிரி இருக்கே… ஏதோ ப்ராம்ப்ட் குடுத்தா படம் போடுது… என்னமோ சுமாரா எழுதித் தருது.. இந்தப் புள்ளப் பூச்சியப் போயி டைனோசர் ரேஞ்சுக்கு பில்டப் பண்றீங்களே” என்று தோன்றலாம்.

அவ்வளவு எளிதாக இதைப் புறந்தள்ளிவிட முடியாது. சில துறைகளில் ஏஐ காட்டியிருக்கும் வேகம் நாம் எண்ணிப்பார்த்திராதது. உதாரணமாக மருந்து கண்டறியும் துறை. ப்ரோட்டின்களின் அமைப்பைக் கண்டறிவது என்பது மிகவும் சிக்கலானது. ஒரு மருந்து கண்டறியவே சில பில்லியன் டாலர்கள் செலவாகும். பல்லாண்டுகள் கடின உழைப்பும்.

இத்துறையில் ஏஐ ஜாலம் செய்துவருகிறது. மருத்துவம் சார்ந்த ஏஐ கண்டுபிடிப்பிற்காக நோபல் பரிசு பெற்றவர் டெமிஸ் ஹஸ்ஸாபிஸ். டீப் மைண்ட் நிறுவனத்தின் தலைவர். இன்னும் சில ஆண்டுகளில் ஏஐயால் நோய்களுக்கான மருந்தை மிக விரைவாகக் கண்டறிய முடியும் என்கிறார்.

இவர் போன்ற வல்லுநர்களின் கூற்றுப்படி நாம் ஏஐ யுகத்தின் தொடக்கத்தில் இருக்கிறோம். இனிவரும் காலங்களில் எல்லாத் துறைகளிலும் ஏஐயின் தாக்கம் இருக்கும். சில துறைகளில் இதுவரை இருந்த எல்லாவற்றையும் ஏஐ மாற்றி அமைக்கும். இண்டர்நெட் செய்ததைப் போல.

ஏஐயை நம் நண்பனாக்கிக் கொள்ள ஒரே வழி அத்துடன் பேசப் பழகுவது. அதற்கான கருவிதான் ப்ராம்ப்ட். எனவே நல்ல ப்ராம்ப்ட் எழுதக் கற்றுக்கொள்வது அவசியம். அதற்கான சில உத்திகளைத்தான் தொடர்ந்து பார்த்துவந்துள்ளோம்.

ஏஐ வளர வளர ப்ராம்ப்ட் சூட்சுமங்களும் வளரும். முதல் அத்தியாயத்திலிருந்து தொடர்ந்து வாசித்து வந்திருப்பீர்கள் என்றால் மூன்று முக்கியமான விசயங்களைப் புரிந்துகொண்டிருப்பீர்கள்.

முதலாவது, நமக்கென்ன வேண்டும் தெளிவாகச் சொல்லத் தெரிவதே ப்ராம்ப்ட் எழுதுவதன் அடிப்படை. இரண்டாவது தொடர்ந்து முயற்சி செய்துகொண்டே இருப்பது. மூன்றாவது மாறிக்கொண்டே இருக்கும் ஏஐ வளர்ச்சியைக் கூர்ந்து கவனிப்பது.

நம் கண்முன்னே ஒரு மாற்றம் நிகழ்ந்துகொண்டிருக்கிறது. ஒரு காலத்தில் ஏஐ என்பது வல்லுநர்கள் மட்டுமே பயன்படுத்த இயலும் என்ற நிலையில் இருந்தது. ப்ராம்ப்ட் எஞ்சினியரிங் அதை அனைவருக்குமான ஒன்றாக மாற்றிக்காட்டியுள்ளது. நாம் விரும்பும் மொழியில் ஏஐயுடன் பேச முடிகிறது. இதன் மூலம் ஏஐ என்னும் உயர் நுட்பம் பரவலாகப் பலரின் கைகளிலும் கிடைத்துள்ளது.

நாம் அன்றாடம் திருப்பத் திரும்பச் செய்யும் சில பணிகள் இருக்கும். என்னென்ன செயல்களை ஆட்டோமேட் செய்ய முடியும் என்று பட்டியலிடுங்கள். அவற்றிற்கான ப்ராம்ப்ட்களை உருவாக்கிக்கொள்ளுங்கள். நீங்கள் விரும்பும் வண்ணம் வேலை செய்யும்படி அவ்வப்போது ப்ராம்ப்ட்களைச் செப்பனிட்டுக்கொண்டே இருங்கள்.

ஐடி துறையில் “ஏஜெண்ட் பாஸ்” *(Agent boss)* என்றொன்று வந்துள்ளது. ஒவ்வொருவருமே தங்கள் பணிகளைச் செய்யும் சில ஏஐ ஏஜெண்ட்களை உருவாக்கிக்கொள்ள வேண்டும். இயன்றவரை உங்கள் வேலைகளை இந்த ஏஜெண்ட்கள் மூலம் முடித்துக்கொள்ள வேண்டும்.

அதாவது உங்கள்வசம் சில குட்டிச்சாத்தான்கள் இருக்க வேண்டும். நீங்கள் சொல்வதைக் கேட்க, செய்துமுடிக்க அவற்றைப் பழக்கிவிடவேண்டும். எவ்வாறு பழக்குவது? நல்ல ப்ராம்ப்ட்கள் மூலம் தான். ஒன்றிரண்டு குட்டிச்சாத்தான்களை வசியம் செய்துகொள்ளுங்கள். வாழ்வு எளிதாகும்.

★★★

நூலாசிரியர் கே.எஸ். குப்புசாமி, பரமக்குடியில் பிறந்தவர். புதுவை மத்தியப் பல்கலைக்கழகத்தில் கணினி அறிவியல் துறை இணைப் பேராசிரியராய் உள்ளார். மென்பொருள் உருவாக்கத்தில் சிறந்த அனுபவம் கொண்டவர். இணையமும் மெஷின் லேர்னிங்கும் இவரது ஆராய்ச்சித் துறைகள். மாற்றுத்திறனாளிகளுக்கான வாழ்வியல் மேம்பாடு தொழில்நுட்பம் மூலம் சாத்தியம் என்பது இவரது தீர்க்கமான நம்பிக்கை. பன்னாட்டுக் கருத்தரங்கங்கள் மற்றும் ஆய்விதழ்களில் தொண்ணூறுக்கும் மேற்பட்ட இவரது கட்டுரைகள் பிரசுரமாகியுள்ளன. கணினித்துறை சார்ந்த மூன்று புத்தகங்கள் வெளிவந்துள்ளன. தெளிவாகப் புரிந்துகொண்ட எதையுமே எளிமையாய் விளக்க முடியும் என்பதே இவரது வகுப்புகளின் தாரக மந்திரம். புதுவைப் பல்கலைக்கழகம் வழங்கும் நல்லாசிரியர் விருதினை ஆறு முறை பெற்றிருக்கிறார்.

www.ingramcontent.com/pod-product-compliance
Lightning Source LLC
LaVergne TN
LVHW090427051026
849518LV00006B/2469
9789347206238